கே. நல்லதம்பி

பிறப்பு மைசூரில். படிப்பு B.A.வரை. ஒரு தனியார் கம்பெனியில் வியாபாரப் பிரிவின் அகில இந்திய மேலாளராக 35 வருடங்கள் வேலை பார்த்து, ஓய்வுபெற்றவர். நிழற்படக் கலையில் ஆர்வமிக்கவர். பல உலக மற்றும் தேசியக் கண்காட்சிகளில் இவரது நிழற்படங்கள் பார்வைக்கு வைக்கப்பட்டு, பல பரிசுகளும் பெற்றிருக்கின்றன. இந்தியா லலித கலா அகாதமியில் இவரது 6 புகைப்படங்கள் நிரந்தர அருங்காட்சியகத்தில் இருக்கின்றன. கன்னடத்திலிருந்து தமிழுக்கும், தமிழிலிருந்து கன்னடத்திற்கும் கவிதைகள், சிறுகதைகள், கட்டுரைகளை மொழிபெயர்த்துள்ளார். அவை பல கன்னட மற்றும் தமிழ் இதழ்களில் வெளியாகியுள்ளன.

குவெம்பு பாஷா பாரதி வெளியீடுகளான பெரியார் விசாரகளு (2017), தெங்கனமஹிளா லேககரு (2016), நிச்சம் பொசது (2016) தொகுப்புகளில் பல தமிழ் கட்டுரைகளை கன்னடத்திற்கு மொழிபெயர்த்துள்ளார். குவெம்பு பாஷா பாரதிக்காக – சங்கக் கவிதைகள் சிலவற்றை கன்னட எழுத்தாளர் திருமதி லலிதா சித்தபசவய்யாவுடன் இணைந்து மொழிபெயர்த்திருக்கிறார்.

கன்னடத்திலிருந்து தமிழுக்கு 15 நூல்களையும் தமிழிலிருந்து கன்னடத்திற்கு 9 நூல்களையும் மொழிபெயர்த்துள்ளார். கன்னடத்தில் சொந்தக் கவிதைத்தொகுப்பொன்றும் வெளியாகியுள்ளது.

இது இவருடைய முதல் சிறுகதைத் தொகுப்பு.

விருதுகள்:

1. திசை எட்டும் – மொழியாக்க விருது – ஒரு புளியமரத்தின் கதை (சுந்தர ராமசாமி) கன்னடத்திற்கு (2018)
2. கனவு சுப்ரபாரதி மொழியாக்க விருது (2019)
3. ஸ்பேர்ரோ டிரஸ்ட் – மொழியாக்க விருது (2020)

கர்நாடக சாகித்திய அகாதமி உறுப்பினர் (2020–21)

தற்போது பெங்களூரில் வசிக்கிறார்.

அத்தர்

கே. நல்லதம்பி

எதிர் வெளியீடு

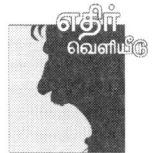

அத்தர்

கே. நல்லதம்பி

முதல் பதிப்பு: ஜனவரி 2022

எதிர் வெளியீடு,
96, நியூ ஸ்கீம் ரோடு, பொள்ளாச்சி – 642 002
தொலைபேசி: 04259 226012, 99425 11302

விலை: ரூ. 150

Athar
K. Nallathambi

Copyright © K. Nallathambi
First Edition: January 2022

Published by
Ethir Veliyeedu, 96, New Scheme Road, Pollachi– 642 002
email: ethirveliyedu@gmail. com
www. ethirveliyedu. in

ISBN: 978-93-90811-57-1
Cover Design: Lark Bhaskaran
Printed at Jothy Enterprises, Chennai.

All rights reserved. No part of this book may be reprinted or reproduced or utilised in any form or by any electronic, mechanical or other means, now known or hereafter invented, including Photocopying and recording, or in any information storage or retrieval system, without permission in writing from the Publisher.

சொல்லாத காதல்களுக்கு...

கதைகள்

1. தமன் நெகாரா | 09

2. பிங்க் அண்ட் ப்ளு | 27

3. அத்தர் | 47

4. ஆல்பர்ட் கமூவின் – ‘அவுட் சைடர்’ | 66

5. வீட்டில் தனிமையில் | 90

6. கண்ணாடி | 104

தமன் நெகாரா

வானத்தைத் தொடத் துடிக்கும் மரங்களுக்கு நடுவே நடந்து கொண்டிருந்தோம். அடர்த்தியான மரங்களை கிழித்துக்கொண்டு வந்த சூரிய ஒளிக்கீற்றுகளால் காடு கதகதப்பாக இருந்தது. அவள் தனது கைவிரல்களை என் கைவிரல்களுடன் கோர்த்தபோது, அதை அழுத்திப் பிடிக்கும் தைரியமோ, விடுவித்துக்கொள்ளும் மனதோ இல்லை. அவள் இறுகப் பற்றிக்கொண்டபோது பனிக்கட்டியொன்று நெருப்பில் விழுந்தது போல இருந்தது.

நேற்றுத்தான் அறிமுகமானவள். பல ஆண்டுகளின் சலுகை என்பதைப்போல என் தோள்களைப் பற்றிக்கொண்டு இந்த அடர்த்தியான காட்டுக்குள் பறவைகளின் கிரீச்சொலிகளை கேட்டுக்கொண்டு நடந்தாள்.

நேற்று ரெசார்டின் பாரில் என் முன்னே வந்து நின்று *'May I join you'* என்றபோது, ஜீன்ஸ் டீ ஷர்ட்டுக்குள் வளமாக நிறைந்திருந்த நடுவயதான அவளைப் பார்த்து, வாய்பிளந்து நின்றாலும், எழுந்து நின்று *'Please'* என்று சொல்வதற்கு முன்பே எதிரே இருந்த நாற்காலியில் அமர்ந்து கையை நீட்டி *'I am Veronica'* என்றபோது நான் அவள் நீலக் கண்களையும், நீண்ட மூக்கையும், பட்டு இழை போன்ற தங்கக் கூந்தலையும், சிகப்பு உதட்டையும்

பார்த்து அசந்துபோனேன். 'You are exquisite' என்று என் அனுமதி இல்லாமல் என் வாயிலிருந்து வெளியேறிய வார்த்தைகளுக்கு 'Ofcourse I am' என்ற அவளுடைய தன்னம்பிக்கைக்கு அதிர்ந்து வாயடைந்தபோது, கையில் இருந்த வைன் கிளாசை உதட்டில் ஒற்றி சிரித்தாள். உதடு மேலும் ஈரம்படிந்து சிவப்பானது.

***

பறந்துகொண்டிருந்த பட்டாம்பூச்சிகளை பிடிக்க அவள் ஓடியபோது, அவள் கால்கள் குழந்தையானது. அவள் துரத்தத் துரத்த அவை பறந்தன. அப்போது ஒரு ஜென் கதை நினைவிற்கு வந்து 'துரத்திக்கொண்டு ஓடவேண்டாம், அந்தக் கல் மேல் கண்மூடிக்கொண்டு உட்கார் அது உன்னிடம் வரும்' என்றேன். 'Don't joke' என்றாள். 'Try' என்றேன். 'Alright' என்று அங்கே அருகில் இருந்த சிறு பாறைமீது அமர்ந்துகொண்டு கண்களை மூடி அமைதியானாள். ஐந்தாறு நிமிடங்கள் கடந்தன. நான் பார்த்துக்கொண்டிருக்க ஒரு பட்டாம்பூச்சி மெல்ல பறந்துவந்து அவளை ஒரு சுற்று சுற்றி அவள் கைமேல் உட்கார்ந்தது. அந்த மென்மையான ஸ்பரிசத்தை வழுவழுப்பான அவள் சருமம் அவளுக்கு உணர்த்தி இருக்கவேண்டும். மெதுவாகக் கண்ணைத் திறந்து ஓரக்கண்ணால் அந்தப் பட்டாம்பூச்சியைப் பார்த்தாள்.

அவள் கண்களைப்போல அந்தப் பட்டாம்பூச்சியும் நீலம். ஓரத்தைச் சுற்றி இருந்த கருப்புக் கோடுகள் அவள் கண் இமைகளைப் போல இருந்தன. ஓரக்கண்ணால் பட்டாம்பூச்சியைப் பார்த்துக்கொண்டு புன்னகைத்துக் கொண்டே அசையாமல் உட்கார்ந்திருந்தாள். பட்டாம்பூச்சி சிறிது நேரம் இருந்து விட்டுப் பறந்துபோனது. அவள் 'வாவ்' என்று கூவிக்கொண்டே எழுந்து ஓடிவந்து என்னை இறுக அணைத்துக்கொண்டாள். 'இப்படி ஒரு

ஜென் கதை இருப்பது எனக்குத் தெரியாது' என்றாள். நான் காட்டின் அணைப்பில் தொலைந்துபோனேன்.

***

சிங்கப்பூரில் சீமே புறநகரிலிருந்து உட்லெண்ட்ஸ் புறநகரில் இருக்கும் இரயில் நிலையத்திற்கு காரில் சென்றடைய 'ரஷ் அவரில்' சில மணி நேரங்களே தேவைப்படும். மாலை ஏழுமணிக்கு மலேசியாவின் ஜொராதுந்த் நகரத்து வழியாகப் புறப்படும் இரயிலைப் பிடிக்கப் போய்க்கொண்டிருந்தேன். உட்லெண்ட்ஸ் இரயில் நிலையத்தை வந்தடைந்தபோது, இரயில் புறப்பட பத்து நிமிடங்கள் மட்டுமே இருந்தன. சிங்கப்பூர் இமிக்ரெஷன் மலேசியாவின் இமிக்ரேஷன் சோதனைகளை முடித்துக்கொண்டு, பெருமூச்சுடன் சூட்கேசையும் கேமரா பையையும் தூக்கிக்கொண்டு ஓடி, என் பெட்டியைத் தேடி ஏறவும் இரயில் புறப்படவும் சரியாக இருந்தது. தாமதமாகியிருந்தால்... அந்த ஆதங்கத்திலேயே வியர்வையைத் துடைத்துக் கொண்டு பாட்டிலைத் திறந்து தண்ணீர் அருந்தினேன்.

ஏழு மணி நேரப் பயணத்திற்குப் பிறகு இரயில் ஜொராதுந்த் அடைந்து, பிறகு இரண்டே நிமிடங்களில் புறப்பட்டுவிடும். வேகவைத்த காய்கறிகளுக்கு கொஞ்சம் உப்பு, மிளகு, தக்காளி சாஸ் கலந்து சப்பாத்தியில் சுற்றி எடுத்து வந்திருந்ததை, கையிலிருந்த பீர் கேனுடன் ருசித்துக்கொண்டே பசியைப் போக்கிக்கொண்டேன். தமன்நெகாராவின் ரைன் ஃபாரெஸ்ட்டிற்கு மூன்றுநாள் விடுமுறையைக் கழிக்கப் போய்க்கொண்டிருந்தேன். எத்தனை ஆண்டுகளின் ஆசை இப்போது நிறைவேறுகிறது. அங்கே அடர்த்தியான காடுகள், தேம்பலிங் நதி, ஜெட்டி போட் பயணம் இவை உண்மையாகப் போகின்றன. என்னால் நம்பமுடியவில்லை. கனவுகளுக்கு மிகவும்

வலு உண்டாம். தீவிரமாக விரும்பினால் அதை அடைய வானுலகமே நமக்கு சாதகமாக வேலை செய்யுமாம். கைபேசியில் விடிகாலை 1.45க்கு அலாரம் வைத்துப் படுத்தேன். ஏசி பெட்டி, மென்மையான ஃபோம் மெத்தை, போர்த்திக்கொள்ள கம்பளி, மங்கலான விளக்கு, தொட்டிலை ஆட்டுவதைப்போல இரயிலின் ஓட்டம், தாலாட்டுப்போல டக டக... கூ. எப்போது கண்கள் சொக்கியாதோ தெரியவில்லை.

யாரோ தட்டி எழுப்பியபோது அதிர்ந்து கண் திறந்தேன். ‘குட் மார்னிங், உங்கள் ஸ்டேஷன் இன்னும் பதினைந்து நிமிடங்களில் வந்துவிடும். எழுந்திருங்கள்’ என்று டிடி பணிவுடன் எச்சரித்தார். கைபேசியைப் பார்த்தால் மணி இரண்டு. 1.45க்கு வைத்த அலாரம் கூட காதில் விழாத ஆழ்ந்த தூக்கம். பரவாயில்லை. இங்கே டிடி வந்து எழுப்புகிறார். அடுத்து வரும் இரயில் நிலையத்தின் பெயரைச் சொல்லி அறிவிப்பும் வருகிறது.

ஜெராதுந்த் வந்து இறங்கியபோது சரியாக விடியற்காலை 2.15. அந்த விடியற்காலையில் இரயில் நிலையத்தில் ஒரு பூச்சி புழுகூடத் தென்படவில்லை. இதமான குளிர். சூட்கேசை இழுத்துக்கொண்டு வெளியே வந்தபோது, நான் முன்பே ஏற்பாடு செய்திருந்த டிராவல் ஏஜெண்ட் பெரிய எழுத்துகளில் என் பெயர் எழுதிய வெள்ளைக் காகிதத்தை தூக்கிப் பிடித்துக்கொண்டு காத்திருந்தான். அவன் வருவானோ இல்லையோ என்ற ஆதங்கத்திலிருந்து விலகினேன். சூட்கேசை எடுத்துக்கொண்டு அவன் காரின் அருகே அழைத்துச் சென்றான். முன் அமர்க்கையில் அவன் அருகில் அரைத் தூக்கத்துடன் உட்கார்ந்தேன். நீங்கள் தங்கவேண்டிய ஹோட்டல் அருகில் இருக்கிறது என்று சொல்லி அந்த இரவு ஆள்நடமாட்டம் இல்லாத ஊரின் சில

தெருக்களில் பத்து நிமிடம் சுற்றவைத்து இரண்டு மாடிக் கட்டடத்தின் முன் நிறுத்தினான். சென்னை வால்டைர் தெருவில் இருக்கும் ஹோட்டல்களைப்போல இருந்தது. அங்கே ரிஸெப்ஷனில் யாரும் இருக்கவில்லை. அறையின் சாவி ஏஜன்டிடம் இருந்தது. அறையத் திறந்து சூட்கேசை உள்ளே வைத்து விட்டு, 'காலை 8 மணிக்குத் தயாராகி கீழே ரெஸ்டாரண்டில் இதைக் காட்டி பிரேக்பாஸ்டை முடித்துக்கொள்ளுங்கள். பணம் கொடுக்கத் தேவை இல்லை' என்று சொல்லி தன் நிறுவனத்தின் விசிட்டிங் கார்டைக் கொடுத்துவிட்டு, 'குட் நைட்' சொல்லிவிட்டுப் போனான்.

காலை ஏழு மணிக்கே எழுந்து, குளித்துத் தயாராகி, சூட்கேசுடன் கீழே இறங்கிவந்து, கார்டைக் காட்டி, ஆரஞ்சு ஜூஸ், பப்பாயா, டோஸ்ட், ஆம்லெட், காப்பி சொல்லி உட்கார்ந்திருந்தபோது, ஏஜென்ட் வந்தான். 'குட் மார்னிங், நன்றாக உறங்கினீர்களா?' என்று கேட்டுக் கொண்டே எதிரில் இருந்த நாற்காலியில் அமர்ந்தான். 'சாப்பிடறீங்களா?' என்று கேட்டதற்கு 'வேண்டாம்' என்றான். என் வற்புறுத்தலுக்கு அவன் காப்பியை மட்டும் குடித்துக்கொண்டே 'இனி சிறிது நேரத்தில் போட் ஜெட்டிக்குப் போகவேண்டிய பஸ் வரும்' என்றான். சொல்லி முடிப்பதற்குள் ஏசி மினி பஸ் வந்து நின்றது. என்னுடன் சிலர் பஸ்ஸில் ஏறினார்கள். எல்லோரும் வெளிநாட்டுக்காரர்கள். நான் ஒருவன் மட்டும் இந்தியன். கடைசியாக பஸ் ஏறிய என்னை 'குட்மார்னிங்' சொல்லி வரவேற்றுப் புன்னகைத்தார்கள். நானும் புன்னகைத்துக்கொண்டே பதிலளித்தேன் 'குட்மார்னிங்'. புதிய இடத்தில் அறிமுகமில்லாதவர்களின் சின்னப் புன்னகையும் நமக்கு நம்பிக்கை அளிக்கிறது.

பதினைந்து நிமிடங்கள் ஊரின் பிராதான சாலைகளைக் கடந்து, தேம்பலிங் நதிக் கரையின் அருகில் கௌலாதேம்பலிங் ஜெட்டி போட் அருகில் பஸ் நின்றது. தடித்த இரும்புக் கம்பிகள் மேல் தகடு போர்த்திய இடம்தான் போட் ஜெட்டி. படிகளை இறங்கிப் போனால் அங்கே உட்கார சில மர பெஞ்சுகள். மறந்திருந்தால், கடைசி நிமிடங்களில் வாங்கிக்கொள்ள என்று டீ ஷார்ட், குடை, கேன்வாஸ் ஷூ, ரப்பர் செருப்பு, சாக்லேட், பிஸ்கட், கூல் ட்ரிங், தண்ணி பாட்டில், டார்ச், பேஸ்ட் பிரஷ், சோப்பு, காண்டம், கொசுக்க்ரீம் போன்றவைகளை விற்பனை செய்யும் ஒரு சிறிய கடை. சில படிகளை இறங்கிப் போனால், சில போட்கள். எல்லாம் மரத்தால் ஆனவை. மோட்டார் பொருத்தியவை. மேலே ஒரு தகடு போர்த்திய கூரை. இருவர் அமரக்கூடிய ரப்பர் குஷன் இட்ட மரப் பலகைகள். அதுபோல சுமார் பத்து இருக்கைகள். ஒவ்வொரு வரிசையிலும் இரண்டு இரண்டாக. அந்த இருக்கைகளில் சிவப்பு வண்ண ஃப்ளோரசெண்ட் லைப் ஜாக்கட்கள்.

தேம்பலிங் சுமார் 430 கி. மீ ஓடும் நதியானாலும், இடையில் நான் இறங்கும் தமன்நெகாரா என்ற இடத்திற்கு மூன்றரை மணி நேரப் பயணம். மூன்று மணி நேரத்தில் பஸ்ஸில் போக முடியும் என்றாலும், தேர்ந்தெடுத்தது போட். சாலைப் பயணம் எப்போதும் இருப்பதுதான். போட்டில் பயணிப்பது புதிதல்லாவிட்டாலும் அதிசயமாகக் கிடைக்கும் வாய்ப்பு. தண்ணீர் மீது போகும் சிலிர்ப்பான நொடிகளை இழக்க விரும்பவில்லை.

மலைப்பிரதேசத்து மூன்று பெண்களும் ஏறினார்கள். லக்கேஜுகளை போட்டில் வைக்க ஓரிடத்தை டிரைவர் காட்டினான். அங்கே சூட்கேசை வைத்துவிட்டு, நான்

என் கேமரா பை, தண்ணீர் பாட்டில், கடலை மிட்டாய், சாக்லேட், வேபர்ஸ் இருந்த சிறிய பையை கையில் எடுத்துக்கொண்டு வசதியான ஒரு இடம் பார்த்து உட்கார்ந்தேன். போட்டில் காலை மடித்துக்கொண்டு உட்காரவேண்டும். லக்கேஜ்கள் மேல் ஒருதடித்த நீல பிளாஸ்டிக் ஷீட்டை டிரைவர் மற்றும் அவன் உதவியாளன் சேர்ந்து போர்த்தி பிளாஸ்டிக் கயிறால் கட்டினார்கள். போட்டின் வேகத்திற்கும், அலைகளின் ஏற்ற இறக்கத்திற்கும், போட்டுக்குள் தண்ணீர் நுழைந்து நனையாமல் இருக்க இந்த ஏற்பாடு. எல்லோரையும் அங்கே இருந்த லைப் ஜாக்கட்டைப் போட்டுக்கொள்ள டிரைவர் சொன்னான். எல்லோரும் உட்கார்ந்ததை உறுதிப் படுத்திக்கொண்டு, போட்டுக்கு முன் பகுதியில் உயரமான இடத்தில் அமர்ந்து எஞ்சினை ஸ்டார்ட் செய்தான். உதவியாளன் கம்பத்தில் கட்டியிருந்த போட்டின் கயிறை அவிழ்த்து, போட்டுக்குள் குதித்து பின் பகுதியில் உட்கார்ந்து, கயிறை கைகளால் சுற்றிக்கொண்டே மலாய் மொழியில் டிரைவரிடம் புறப்படச் சொன்னான்.

போட் மெதுவாக படிப்படியாக வேகத்தை அதிகரித்தது. நதியின் நீர் மண் வண்ணத்தில் இருந்தது. இரண்டு கரைகளிலும் அடர்த்தியான காடுகள். உயரமான மரங்கள், பச்சைப் பசேல் என்று நிறைந்திருந்தன. நதி மிக அகலமாக இருந்தது. ஆழமாகவும் இருக்கலாம். காற்றில் அதிகமான ஈரம் இருந்தது. போட்டின் வேகம் அதிகரிக்க என் அட்ரனைலின் ரஷ் அதிகமானது. பயணம் மிகவும் கிளர்ச்சிகரமாக இருந்தது. சுற்றி இருந்த அழகை ரசித்துக்கொண்டே, கண்ட காட்சிகளை கேமாராவில் சிறை பிடித்துக்கொண்டிருந்தேன். அலைகள் ஏறி இறங்கும் போதெல்லாம், போட் மேலும் கீழும் ஏறி இறங்கியது. சென்னை வீதிகளின்

ஹம்ப்களில் ஏறி இறங்குவதைப்போல. சீட்டில் இருந்து எகிறி விழுந்து உட்கார்ந்தோம். அப்போதெல்லாம் நதியின் நீர் தெறித்து உடம்பை நனைத்துவிடும். அலை வரும்பொழுதெல்லாம் டிரைவர் போட்டின் வேகத்தை அதிகப்படுத்துவான். போட்டில் இருந்தவர்கள் எல்லாம் ஓ என்று மகிழ்ச்சியால் கத்துவோம். அப்போது டிரைவர் மற்றும் உதவியாளன் வாய்விட்டு உரக்கச் சிரிப்பார்கள். போட்டின் வேகத்திற்குத் தகுந்தாற்போல எங்கள் ஓ வின் கூவல் ஏறி இறங்கும். டிரைவரை உற்சாகப்படுத்த அலை எழும்போதெல்லாம் மிகவும் உரக்க ஓ போடுவோம். போட்டில் இருந்தவர்கள் எல்லாம் குழந்தைகளாகி இருந்தோம். சில சமயம் அந்த வேகம் என்னை பயமுறுத்தினாலும், அதை மறக்க முயன்றேன். எங்கள் எதிரில் அல்லது எங்களைத் தாண்டி ஏதாவது போட் போனால் அதில் உட்கார்ந்திருப்பவர்களுக்கு கை வீசி, ஓ என்று கத்தி, அவர்களையும் அப்படி கூவ உற்சாகப்படுத்தி அந்த மூன்றரை மணி நேரப் பயணத்தைப் போக்கினோம். மீன் பிடிக்க வரும் சின்ன போட்டுக்களுக்கு மட்டும் டிரைவர் தன் வேகத்தைக் குறைப்பான்.

நதி குறுகும் இடங்களில் கரையோரமாக எருமை மேய்க்கும் சிறுவர்களைக் கண்டார்கள். கரைக்கு அருகில் ஆழமில்லாத இடத்தில் சிறுவர்கள் நீந்திக் கொண்டிருந்தார்கள். கரை மணலில் அரை அம்மணமாக புரண்டு விளையாடிக்கொண்டிருந்தனர் சில சிறுவர்கள். இவர்கள் எல்லாம் மலைப்பிரதேசத்து குழந்தைகளாக இருக்க வேண்டும். அடர்த்தியான காடு, நிறைந்து ஓடும் நதி, பறவைகளின் கூச்சல், மீன்கள், தண்ணீரில் புரளும் எருமைகள், பழங்கள், பூக்கள், வெயில், காற்று, நதிமேல் நட்சத்திரங்களைப்போல மின்னும் சூரிய கிரணங்கள், இவற்றுடன் எந்தக் கவலையும் இல்லாத வாழ்க்கை.

***

தமன்நெகாரா வந்து சேர்ந்தபோது மதியம் 12. 45. வெயில் உச்சிக்கு ஏறி இருந்தது. கண்கள் கூசின. லக்கேஜுகளை எடுத்துக்கொண்டு போட்டிலிருந்து இறங்கினோம். கோவாவில் இருப்பதைப்போல அங்கேயும் பைக் டேக்ஸிகள் இருந்தன. நான் ஹோட்டல் விலாசத்தை சொன்னபோது இரண்டு ரிங்கட் என்றான். பேரம் பேசாமல் ஏறிக்கொண்டேன். சூட்கேஸ், கேமரா பை இரண்டையும் தூக்கிக்கொண்டு ஏறுவதற்கு சிரமப்பட்டேன். அவன் சூட்கேசை வாங்கி பெட்ரோல் டேங்க் மீது வைத்துக்கொண்டான். ஹோட்டலைப் போய் சேர 10 நிமிடமானது. வந்து இறங்கியவுடன் டிராவல் ஏஜெண்ட் கொடுத்திருந்த காகிதங்களைக் ரிசெப்ஷனில் கொடுத்தபோது அங்கே இருந்த பெண் புன்னகைத்துக்கொண்டே வெல்கம் சார் என்று சொல்லி, வெல்கம் ட்ரிங் தருவித்தாள். ரூம் சாவியுடன் லக்கேஜை எடுத்துக்கொண்டு போன ரூம் பையனைப் பின்தொடர்ந்தேன். ரோ ஹௌஸ்களைப்போல இருந்த சின்னச்சின்ன காட்டேஜுகள், முன்னால் குட்டித் தோட்டம் அழகாக இருந்தன.

***

அப்போது மணி மாலை 7.30 ஆகி இருந்தது. மதியம் எதுவும் சாப்பிட்டிருக்கவில்லை. பசித்தது. சாப்பிட்டுவிட்டுப் படுக்கலாம், காலை 6 மணிக்கு ஃபாரெஸ்ட் வாக்கிங்குக்கு தயாராக வேண்டும். ஃபிரெஷ் ஆகி ஜீன்ஸ் டீ சர்ட்டை அணிந்துகொண்டு ரெஸ்டாரண்டுக்கு வந்து ஒரு மூலை மேசையைத் தேடி உட்கார்ந்தேன். பியர், மஷ்ரூம் பெப்பர் ஃப்ரை ஆர்டர் செய்து, சாப்பாடு பிறகு சொல்வதாகச் சொன்னேன். பியர் குடித்துக்கொண்டு உட்கார்ந்திருந்தபோது,

'May I join you' குரல் கேட்டது.

***

மறுநாள் காலையில் ஃபாரெஸ்ட் வாக்கிங்குக்காக தயாராகி, காப்பி குடிக்க வந்தபோது கடுநீல டிராக் பேண்ட், வெண்சாம்பல் ஸ்வெட் ஜாக்கட் அணிந்துகொண்டு, சூடான காப்பியை ருசித்துக்கொண்டு உட்கார்ந்திருந்தாள் வெரோனிகா. என்னைப் பார்த்ததும் கையசைத்து, 'குட் மார்னிங்' சொல்லி அவள் எதிரில் இருந்த நாற்காலியைக் காட்டி வா என்று சைகை செய்தாள். போய் அமர்ந்ததும் 'Had a good sleep' என்று கேட்டாள். 'Yes' என்று சொல்லி 'Going for forest walk' என்று சொன்னேன். அவளும் 'Me too' என்றபோது என் இதயத் துடிப்பு அதிகரித்தது.

***

தன் அணைப்பைத் தளர்த்தி என்னை விடுவித்தாள்.

'எத்தனைநாள் இங்கே இருப்பாய்?' என்று கேட்டாள்.

'மூன்று நாள்' என்றேன்.

'சரி, இந்த மூன்று நாள் நாம் ஒன்றாக இருக்கமுடியுமா?' என்றாள்.

புரியாதவன் போல 'அப்படி என்றால்?' என்று கேட்டேன்.

'நாம் இருவரும் இந்த மூன்று நாட்களை ஒன்றாகக் கழிப்போமா?' ஒவ்வொரு வார்த்தையின் மீதும் அழுத்தம் இருந்தது. 'சரி' என்ற பதிலை எதிர்பார்க்கும் தவிப்புத் தெரிந்தது.

நீலக் கண், தங்க முடி, ரோசா வண்ணம், சிகப்பு உதடு, அழகான முகம், ஒய்யாரமான உடம்பு இவை எல்லாம்

மொத்தமாக வருகிறேன் என்னும் போது வேண்டாம் என்று எப்படிச் சொல்வது?!

ஆனால் 'ஆகட்டும்' என்று சொல்ல அச்சம், தயக்கம். இப்படிக் கூட இருப்பதாகச் சொல்லி பணம், பாஸ்போர்ட் எல்லாவற்றையும் சுருட்டிக்கொண்டு ஓடும் கதைகளைக் கேட்டிருக்கிறேன். இவள் அப்படிப்பட்டவளாகத் தெரியவில்லை. சபலம் கண்ணை மறைக்கிறதா? சில சமயம் *appearances are deceptive*. புத்தி எச்சரித்தாலும் மனம் பிடிவாதம் பிடித்தது. முடிவில் '*Yes*' என்று சொன்னது மனமா, தேகமா, அறிவா...?

இப்போது இன்னும் இறுக்கமாக தழுவிக்கொண்டாள்.

***

பேக் செய்துகொண்டு போன பிரேக்ஃபாஸ்ட், காப்பியை ஒன்றாக சாப்பிட்டோம். 'எனக்கு காப்பி ரொம்பப் பிடிக்கும், உங்களுக்கும் விருப்பம்தானே?' என்று சொல்லித் தொடர்ந்து, 'நீங்கள் காலையில் கண்ணை மூடிக்கொண்டு, சப்புக்கொட்டிக்கொண்டு காப்பி குடிப்பதைப் பார்த்தேன்' என்றாள். 'ஓ, நான் அப்படி காப்பி குடிக்கிறேனா?' என்றேன். '*Yes, that looks beautiful*' என்றாள். பாராட்டுகளை எப்படி எதிர்கொள்வது என்பது எனக்கு எப்போதும் குழப்பம். பல சமயம் அவை ஒப்புக்கா, முகஸ்துதியா, ஏளனமா, உண்மையா புரிவதில்லை. அமைதியாக உதட்டை விரிக்காமல் ஒரு சின்னப் புன்னகை. அவ்வளவுதான்!

திரும்பி வந்த பிறகு, மாலை சந்திக்கலாம் என்று சொல்லி என் காட்டேஜ் எண்ணை கேட்டுச் சென்றாள். என் காட்டேஜுக்கு வந்து படுக்கையில் உருண்டேன். மெய் மனம் இலகுவாக இருந்தது.

கதவைத் தட்டும் சத்தம் கேட்டு, அதிர்ந்து எழுந்தேன். வெகு நேரமாக யாரோ கதவைத் தட்டுவதாகத் தெரிந்தது. ஓ, பதினொரு மணிக்குப் படுத்தவன். இப்போது மணி நான்கு. எழுந்து சென்று கதவைத் திறந்தேன். வாசலில் வெரோனிகா, கைப்பை, சூட்கேஸ் கூடவே இருந்தன. 'வெகு நேரமாக கதைவைத் தட்டுகிறேன், 'May I' என்று கேட்டுக்கொண்டே உள்ளே வந்தாள். அறை முழுவதும் பட்டாம்பூச்சிகள் பறந்தன. 'தூங்கிக் கொண்டிருந்தீர்களா?' என்றாள். 'ஆம், நேரம் போனதே தெரியவில்லை' என்றேன். 'மனது இலகுவாக இருக்கும்போது அப்படித்தான்' என்று சிரித்தாள். இவளுக்கு எப்படித் தெரியும் என் மனம் இலகுவாக இருக்கிறது என்று. மாயக்காரியா. மனதைப் படிக்கும் வித்தை தெரிந்தவளா? அதிர்ச்சியாக இருந்தது.

'காப்பி சொல்லலாமா? நீ காப்பி அருந்துவதை நான் பார்க்க வேண்டும்.' ஏனோ எனக்கு சிரிப்பு வந்தது. அவளும் சிரித்தாள். பசி. ரூம் சர்வீசுக்கு ஃபோன் போட்டு வெஜ் சேண்ட்விச், காப்பி சொன்னேன். வந்தது. சாப்பிட்டு முடித்தோம். 'புறப்படு, அப்படியே சிறிது காற்றோட்டமாக நடந்து வரலாம்' என்றாள். 'குளித்துவிட்டு வருகிறேன், காத்திரு' என்று சொன்னேன். 'சரி' என்பதைப்போல தலையசைத்தாள்.

குளியலறையில் இருந்தாலும் மனம் வெளியே அறையில் இருந்தது. என் பர்ஸ், பாஸ்போர்ட் எல்லாம் அங்கேதான் இருக்கின்றன. வேகமாக குளித்து முடித்து, அவசரமாக வெளியே வந்தேன். என் பாஸ்போர்ட், பர்ஸ் கட்டிலுக்கு அருகில் இருந்த மேசை மேல் நான் வைத்திருந்தபடியே இருந்தன. பெருமூச்சு. அவள் அறையில் இருந்த ஆங்கில இதழை மெல்லப் புரட்டிக்கொண்டிருந்தாள்.

அறையிலிருந்து வெளியே வந்து நதிக்கரையின் மணலில் நடந்தோம். அவள் என்னை நெருங்கி தோளைப் பற்றிக்கொண்டு நடந்தாள். பேச்சில் ஓஷோ, ஜிப்ரான், காமூ, காப்கா, மார்க்வெஸ், பால் கோஹிலி, முரகாமி, பிரான்சிஸ் ஃபோர்ட் கபோலா, குரசாவோ, இங்கர் பெர்க்மன், சத்யஜித் ரே, ஹிட்லர், காந்தி, மண்டேலா எல்லோரும் வந்தார்கள். பேச்சில் எங்கள் பெயர் அடிபடவில்லை.

பௌர்ணமி இரவில் அலைவந்து தங்களைத் தொடுவது மிகவும் விருப்பம் என்று மணல் துகள்கள் பேசிக்கொண்டது இருவருக்கும் கேட்டது.

ரெஸ்டாரண்டுக்கு வந்து அமர்ந்தோம். கொஞ்சம் வைன், கொஞ்சம் உணவு சொல்லி வெகு நேரம் சும்மா பேசிக்கொண்டிருந்தோம். நான் பில் கொடுக்கப் போனபோது, தடுத்து, *'Let us share'* என்று பில்லின் பாதியைக் கொடுத்தாள். பார் கவுண்டர் அருகே சென்று ஒரு வைன் பாட்டிலை எடுத்து என் பக்கம் காட்டி *'Do you like this brand, this is good'* என்றாள். வைன் பற்றி அதிகம் தெரியாத நான், *'I don't know anything about wine'* என்ற என் பதிலுக்கு சிரித்து, அதை வாங்கிக் கொண்டாள்.

என் காட்டேஜுக்கு அருகில் வரும்போது, நான் கதைவைத் திறப்பதற்காக காத்திருந்து உள்ளே வந்தாள். வந்தவள் ரூம் சர்வீஸை இன்டர்காமில் அழைத்து இரண்டு கிளாஸ், வைன் பாட்டில் ஓபனர், வைன் கூலர் வேண்டும் என்றாள். ரூம் சர்வீஸ் ஆள் கொண்டுவந்து பாட்டிலைத் திறந்து, இரண்டு கிளாஸ்களில் வைன் ஊற்றி, பாட்டிலை வைன் கூலருக்குள் வைத்துவிட்டுப் போனான். *'For us'* என்று கிளாசைத் தூக்கி, *Toast* சொல்லி, ஸ்டெம் கிளாசின் குச்சி போன்ற கீழ் பகுதியைப் பிடித்துக்கொண்டு, உள்ளே இருந்த திரவத்தை சுழற்றி,

மூக்குக்கு அருகில் எடுத்துச் சென்று முகர்ந்து, மெல்ல ஒரு மொடக்கு குடித்தாள். நான் அவளுடைய Swirl, Smell, Sip இன் நுணுக்கமான அழகு செய்கைகளைப் பார்த்துக்கொண்டு மெல்லப் புன்னகைத்தேன்.

'Do you like me?' அதிரடிக் கேள்வி.

நேரடியான இந்தக் கேள்வியை எதிர்கொள்ள முடியாமலும், ஏற்கவும் தெரியாமல் சில நொடிகள் தத்தளித்தேன்.

'இல்லை என்றால் பொய்யாகும், ஆத்ம வஞ்சனை' என்றேன்.

அவளின் உரத்த சிரிப்பில் என் வார்த்தைகளுக்கான பாராட்டும், அவளைப் பற்றிய பெருமையும் கேட்டது.

கையைப் பிடித்து முத்தமிட்டாள். தொண்டையில் இறங்கிக்கொண்டிருந்த வைனுக்கு போதை அதிகமானது. 'எச்சரிக்கை' என்று மனம் எச்சரித்தாலும் தேகத்தின் சூட்டிற்கு மனம் கரைந்துபோனது. மெல்ல எழுந்து வந்து மடியில் அமர்ந்தாள். அதுபோன்ற நீலக் கண்ணை இத்தனை நெருக்கத்தில் இருந்து பார்த்ததில்லை. கடல் அலையொன்று எழுந்து அடித்ததுபோல இருந்தது. மூழ்கிப்போனேன். நெற்றியில் முத்தமிட்டாள். முடியில் விரல்களை ஓடவிட்டாள். அவள் வாயிலிருந்து இரண்டொரு துளி வைன் என் வாயை இனிப்பாக்கியது. அவள் மேலும் கருஞ்சிவப்பானாள். எனக்குள் காடு, நீர்வீழ்ச்சி, எரிமலை, வானம்.

நிறைந்த அன்பை திறந்த மனதுடன் பெற்றுக் கொள்ளும்போது அடையும் மகிழ்ச்சிக்கு அளவே இல்லை. இங்கே இருவரும் பெற்றுக்கொள்பவர்கள், இருவரும் கொடுப்பவர்கள். வெளிச்சமே நிர்வாணம்.

நிர்வாணமே வெளிச்சம். கட்டில் வெட்கி, ஆடியது. அந்த நொடியில் மூச்சின் ஏற்ற இறக்கத்தின் மெல்லிய ஒலி மட்டுமே கேட்டது. தணிந்து மார்போடு மார்பு உரசிக்கொண்டு படுத்திருந்தபோது, அவள் வியர்த்த முதுகுத் தண்டின் பிளவில் என் விரல்கள் சறுக்கியபோது, அதிர்ந்து முணங்கினாள். எங்கேயோ பியானோ கீபோர்டில் ஓடிய விரல்களால் பீதாவனின் சிம்பொனி இசை கேட்டது. இருவர் தேகமும் கலந்து கரைந்து சிந்திய வியர்வையில் அறை முழுவதும் மணம் பரவியது.

***

தான் நார்வேயில் இருந்து *KL* க்கு கம்பெனி வேலையாக வந்திருப்பதாகவும், லாங் வீக் எண்ட் என்பதால் மூன்று நாட்களை இங்கே கழிக்க வந்ததாகவும், தனக்குத் திருமணமாகி 18 வயது மகனும், 14 வயது மகளும் இருப்பதாகவும், நிம்மதியான குடும்பம் என்றும் சொல்லி, ஓரிரு நிமிடம் மௌனமாக இருந்து, நீண்ட பெருமூச்சுவிட்டு *still*... என்று ஒரு ராகம் இழுத்து... *some thing is missing* என்றாள். அவளுக்கு ஏறக்குறைய 45 வயது இருக்கும்.

என் இந்த 52 வயதிலும் மார்க்கெட்டிங் வேலையில் ஒரு கம்பெனியின் உயர் அதிகாரியாக இருக்கும் நான் பல நாட்கள் வீட்டிலிருந்து வெளியே இருக்கவேண்டி இருக்கும். பல ஊர்களையும் நாடுகளையும் தனியாகச் சுற்றி இருக்கிறேன். என்ன இருந்தாலும் ட்ரிங், டின்னர், அரட்டை அவ்வளவுதான். இதுவரை என்றும் படுக்கைவரை போகும் துணிச்சலோ, விருப்பமோ இருந்ததில்லை. இவளுக்கு எதற்காக மயங்கினேன். *'You are charming?'* என்று சொன்னாளே அதற்காகவா. இதை பலபேர் சொல்லிக் கேட்டிருக்கிறேன். அறிமுகமான ஒரேநாளில் இப்படி ஒரு சலுகை, நெருக்கம். எங்களைப்

பற்றி பரஸ்பரம் எதுவும் தெரிந்திருக்காவிட்டாலும் பல ஆண்டுகள் அறிமுகம்போல ஒரு நட்பு தெரிந்தது. எங்கேயோ என்றோ அறுந்த நூலின் இரு நுனிகளைப் பிடித்து மறுபடியும் முடிச்சுப் போட்டதுபோல இருந்தது. தேகம் புதிது ஆனால் அந்த ஸ்பரிசம், வாசம், நெருக்கம், கரைதல்... மனம் உறுத்தவில்லை, என்னைத் தொலைத்துவிட்டது போலவோ கண்டுகொண்டது போலவோ ஏதோ ஒரு நிம்மதி...

'நான் எப்போதும் இதுபோல தொலைந்து போனதில்லை, கண்டுகொண்டதும் இல்லை, எவ்வளவு நிம்மதி...' என்றாள்.

என் வார்த்தைகளைத் திருடுகிறாள், அழகான இராட்சசி.

***

என் மார்பில் பூ இதழ் பதிந்து விழிப்பு வந்தது.

'குட் மார்னிங்...'

கு...... மார்னிங்'

மார்பு முடி மேல் விரல்கள் விளையாடிக் கொண்டிருந்தன. அவள் கழுத்தில் முத்தமிட்டேன். சிரித்தாள்.

'காப்பி சொல்லட்டுமா?' என்றாள்.

'ஊம்' கொட்டினேன்.

எழுந்து இண்டர்காம் அருகில் சென்றாள்.

இருவரும் ஃபிரெஷ் ஆகி வந்தபோது, காப்பி வந்தது. நான் கண் மூடிக்கொண்டு சப்பிக்கொண்டே காப்பி குடித்தேன். 'கண்மூடி, சப்பிக்கொண்டு காப்பி குடிப்பதுபோல உன் காப்பியில் என்னதான் இருக்கிறது,

கொடு' என்று என் கையிலிருந்த கோப்பையை பறித்துக்கொண்டாள். அவள் குடிக்கும்போது கண் மூடவில்லை, சப்புக்கொட்டவில்லை. டீபாயில் இருந்த அவள் கப்பை எடுத்து கண்மூடி, சப்பிக்கொண்டு நான் காப்பி அருந்தினேன்.

கல கல என்று சிரித்தாள்.

***

உணவு, சுற்றித் திரிதல் போன்றவை எல்லாம் ஒன்றாகத்தான். பில் மட்டும் பாதிபாதி. உறுதியாகச் சொல்லி இருந்தாள். நானும் வற்புறுத்தவில்லை. பேச்சுகள் உலகையே சுற்றிவந்தாலும் எங்களைப் பற்றிய விவரங்களைத் தொடவில்லை.

பகல் கன உருவங்களாகத் அலையும் நாங்கள், இரவு திரவமாகக் கரைந்து விடுவோம். யார் யாரில் கலப்பார்கள், கரைவார்கள் தெரியாது. படுத்திருக்கும் போது ஒருமுறை அவள் கண்ணில் இருந்து மெலிதாக நீர் கசிந்தது. 'Anything wrong?' கேட்டேன். சில நொடிகள் மௌனமாக இருந்தாள். பயந்துபோனேன். 'A kind of complacency' என்று என் காதில் கிசுகிசுத்து நிம்மதியான ஒரு புன்சிரிப்பு சிரித்தாள். என் கண்ணிலிருந்து அவள் உதட்டில் சிந்திய ஒரு துளியை அவள் நாக்கால் தடவினாள்.

பரஸ்பரம் இருவரும் என்ன எதிர்பார்க்கிறோம். காதலா, காமமா? அந்த சில நொடி நேரங்களின் இதமான நட்பையா, துணையையா!

***

அன்று நான் புறப்படவேண்டிய நாள். அவள் மறுநாள். வழியனுப்ப வந்தாள். அவளுடைய Goodbye தழுவல் இறுக்கமாக இருந்தது. என் தழுவலும் அவளுக்கு

அப்படித்தான் இருந்திருக்கும். என் விலாசத்தின் கார்டை எடுத்துக் கொடுத்தேன். 'No' என்று மென்மையான ஆனால் உறுதியான குரலுடன் மெல்ல என் கையைத் தூரத் தள்ளினாள். பிறகு எனக்கும் அவளிடம் எதையும் கேட்கவேண்டும் என்று தோன்றவில்லை.

நான் மோட்டார்பைக்குக்கு அருகில் வந்து திரும்பிப் பார்த்தேன். நான் விட்டுவிட்டு வந்த இடத்திலேயே நின்றிருந்தாள். ஒருவரை ஒருவர் நோக்கி இருவரும் நடந்தோம். மற்றொரு கரடித் தழுவல். அவளுடைய நீலக் கண்களில் கடல். அவள் நெற்றியில் முத்தமிட்டேன்.

130 மில்லியன் ஆண்டுகளின் மௌனத்தை தமன்நெகாராவின் ரைன் ஃபாரெஸ்ட் அந்த நொடியில் சுமந்துகொண்டு நின்றது. பட்டாம்பூச்சிகளைக் காணவில்லை.

அந்தத் தழுவலை விடுவது யார், விடுவித்துக்கொள்வது யார்?

***

– காலச்சுவடு, டிசம்பர் 2018

பிங்க் அண்ட் ப்ளூ

காவேரி - என் பிறப்பு தலைகாவேரியில். குடகின் காடுமேடுகளில் அலைந்து ஸ்ரீரங்கபட்டணத்தில் அமைதியாக சயனித்திருக்கும் ஸ்ரீரங்கநாதனின் பாதாபிஷேகம் செய்து, அங்கு சுற்றிலும் வளரும் கரும்பிற்கு இனிப்பான சாறூட்டி, ஸ்ரீரங்கத்தின் திருவேங்கடநாதனின் பாதங்களைப் பணிந்து, தஞ்சாவூரை சுற்றி இருக்கும் நிலங்களுக்கு பச்சைப் பட்டுடுத்தி தங்க நெல் மணிகளை கொட்டிப் போவவள் நான். என் அழகுக்கும், வளமைக்கும் என் மீது தம் அதிகாரத்தை செலுத்த தகறாறு செய்யும் மக்களுக்கு, நான் யாருக்கும் அடங்காமல் என் பாதையை நானே அமைத்துக்கொண்டு எங்கும் நிற்காமல் ஓடிக்கொண்டிருக்கும் தேசாந்திரி என்பதை எப்படிச் சொல்வது. இப்போது மாலை நேரம். குளிர் காற்றின் தழுவலுக்கு மௌனமாக வளைந்து ஓடிக்கொண்டிருக்கிறேன். தூரத்துப் பாலத்தின் கம்பங்களுக்கு இடையே நுழைந்துவரும் சூரிய அஸ்தமத்தின் பொன் நிறங்களின் தடவலுக்கு நாணி சிகப்பாகிறேன். சிலர் என்னில் மூழ்கி எழுகிறார்கள். அப்படி மூழ்கி எழும் பெண்களின் சேலை அவர்கள் தேகத்தில் ஒட்டிக்கொண்டு அதன் வளைவுகளுக்கு கற்சிற்பம்போல அழகாகத் தெரிவதை அங்கே படிகளின் மேல் அமர்ந்துகொண்டிருக்கும் ஆண்களின்

கண்களில் பார்க்கிறேன். தொலைவில் பாறை மேல் அமர்ந்த கொக்கு, கூழைக்கடா, நீர்காகம், வழுவாக்கம் போன்ற பறவைகள் மீன்களுக்காக தண்ணீரை அலசிக்கொண்டிருந்தன. சில சிறுவர்கள் பாறை மீதிருந்து தண்ணீரில் குதித்துக்கொண்டிருந்தார்கள். ஜபமாலையுடன் ஒரு முதிய பிராமணர் தியானம் செய்துகொண்டிருந்தார். என் சலசலப்பு, பறவைகளின் கூச்சல், குளிர்ந்த காற்று இவைகளுக்கு மனம் மயங்கி ஆடிக்கொண்டிருந்த மரங்கள், ஆரஞ்சுப் பழம்போல கண்ட சூரிய அஸ்தமத்தின் சிகப்பு வர்ணத்துப் பின்புலத்தில் பழைய பாலத்தின் பின்னால் உயரமான தென்னைகள் எல்லாம் ஒரு வண்ணச் சித்திரம்போல காட்சி தந்தன. இயற்கையின் இந்த மாயாஜாலம் ஆதியின் தணிந்த தேகத்திற்கும், தவித்த மனதிற்கும் மெல்ல உற்சாகத்தை ஏற்படுத்தியது. கரை ஓரத்து படிகள் மீது அமர்ந்திருந்தவன் அனுராதாவை தேடிக்கொண்டு இங்கே வந்த தன் பைத்தியக்காரத் தனத்தை நினைத்து பெருமூச்சுவிட்டான்.

ஸ்ரீரங்கபட்டணம் - நான் இருப்பது மைசூருக்கு அருகில், காவிரிக் கரையில் இருக்கும் சிறிய ஊர். சில அரசர்கள் உருவாக்கி இடிந்து பாழடைந்த கோட்டையின் பழைய நினைவுகளில் சோர்ந்து வாடியமுகத்துடன் இருக்கும் ஊர். என்னைப்போலவே சோர்ந்த முகத்துடன் ஆதி தனது பாட்டி வீட்டிற்கு வந்திருக்கும் அவன் காதலியை தேடிக்கொண்டு வந்து, இங்கே இருக்கும் நாலைந்து வீதிகளில் திரிந்தாலும், அவள் தென்படாமல் சோர்ந்து தணிந்து காவிரியின் கரையில் இருக்கும் படிகளில் அமர்ந்து தன்னைத் தானே தேற்றிக்கொள்ள முயற்சி செய்துகொண்டிருக்கிறான்.

ஒலம்பியா டாக்கீஸ் - நான் மைசூர் சய்யாஜிராவ் தெருவிற்கு அருகில் இருக்கும் ஒரு டாக்கீஸ். ஆதி பலமுறை இந்த டாக்கீஸுக்கு வந்திருக்கிறான். முதல்முறை வந்தது அவனுடைய சித்தப்பாவுடன் 'சல்திகா நாம் காடி' இந்திப் படம் பார்க்க என்று நினைக்கிறேன். பிறகு 'தோஸ்த்தி' இந்திப்படத்தை தன் சில நண்பர்களுடன் இரண்டு மூன்று முறை வந்து பார்த்திருக்கிறான். இப்போது 'அனுபமா' என்ற இந்திப்படம் ஓடிக்கொண்டிருக்கிறது. ஆதியும் அனுராதவும் இங்கே ஒருவரை ஒருவர் எதிர்பாராமல் சந்திப்பது வியப்பை ஏற்படுத்தி இருவரின் கண்களும் அகலமாக விரிக்கின்றன. அனுராதா தன் அப்பா, அம்மா, தம்பி, தங்கையுடன் வந்திருக்கிறாள். ஆதி தன் சில நண்பர்களுடன். சினிமாவின் நாயகி ஷர்மிளா தாகூர் மீது ஆதிக்கு உண்டான க்ரஷில் அவளுடைய கன்னக் குழிகளில் விழுந்தவன் அங்கிருந்து இதுவரை எழவே இல்லை. படம் முழுவதும் கதாநாயகி அனுபமா மௌனமாகவே இருப்பாள். அவள் கண்கள் மட்டுமே பேசும். அவள் தன் வயிற்றை வளைத்துச் செல்லும் சேலையின் ஒரு பகுதியை இழுத்து இடுப்பில் சிக்கவைத்துக்கொள்வது அப்போதைய இளம் பெண்களிடம் மிகவும் பரவலாக இருந்த பாணி. கன்னட நடிகை கல்பனா, ஜெயந்தி, ஆரத்தி போன்றவர்களும் தங்கள் படங்களில் சேலையை அதுபோல உடுத்தத் தொடங்கினார்கள். ஆதியின் முன் வரிசையில் அனுராதா அமர்ந்திருந்தாள். அடிக்கடி பின்னால் திரும்பிப் பார்ப்பாள். அவர் இருவரும் மற்றவர்களுடன் இருப்பதாலோ என்னமோ ஒருவருடன் ஒருவர் பேசிக்கொள்ளவில்லை. படம் முடிந்த பிறகும் அங்கே அமைதி நிலவியது.

கரிஷ்மா ரெஸ்டாரண்ட் – நான் மகாராணி கல்லூரியிலிருந்து கீழே இறங்கி யாதவகிரிக்குப் போகும் இடது திருப்பத்தில் இரயில்வே கீழ் பாலத்தைத் தாண்டினால் வலதுபக்கம் சிறிய குன்றைப்போல இருக்கும் இடத்தில் இருக்கும் அழகான சின்ன ரெஸ்டாரண்ட். அனுராதவும் ஆதியும் காபியை ருசித்துக்கொண்டே 'அனுபமா' படத்தைப் பற்றி பேசிக்கொண்டிருந்தார்கள். எதிர்பாராமல் டாக்கீசில் சந்தித்து பேசமுடியாமல் போனதற்கான வருத்தத்தை பரஸ்பரம் வெளிப்படுத்திக்கொண்டார்கள். காப்பி அருந்தி எழும்பொழுதுதான் ஆதி கவனித்தான், அனுபமா படத்தில் ஷர்மிளா சேலை உடுத்தி இருந்ததைபோலவே அனுராதாவும் உடுத்தி இருந்ததை. அவனுடைய கண்ணோரத்து குறும்புப் பார்வையின் பாராட்டுக்கு அவள் ஒரு சின்ன புன்னகை சிந்தி தன் பெருமிதத்தையும் மகிழ்ச்சியையும் தெரிவித்தாள்.

சரோஜா - ஆதியும் அனுராதவும் அறிமுகமமானது சமீபத்தில் தான். ஆதி என் எதிர் வீட்டுப் பையன், என் நண்பன். அனுராதா என் வகுப்புத் தோழி. நான் மற்றும் அனுராதா மகாராணி கல்லூரி மாணவிகள். அனுராதா அடிக்கடி எங்கள் வீட்டிற்கு வருவாள். ஆதி அவளை முதல் முதலாக எங்கள் வீட்டில்தான் பார்த்தான். அவன் பார்வையே சொல்லியது அவனுக்கு அனுராதா மிகவும் பிடித்துப்போனாள் என்பதை. அறிமுகப்படுத்திக்கொள்ளத் துடித்தான். பலமுறை என்னிடம் கேட்டும் இருந்தான். நான் 'முடியாதுப்பா நீ குறும்புக்காரன்' என்று சொல்லி இருந்தேன். ஒருமுறை அனுராதவை அறிமுகப்படுத்திக் கொள்வதற்காகவே அவன் எங்கள் வீட்டிற்கு வந்ததை அறிந்து நான் என் அறையிலிருந்து திடீர் என்று வெளியே வந்தேன்.

'இப்ப எதுக்குடா வந்தே?' என்று கேட்டேன். அவன் நேரடியாவே 'உன் தோழியை அறிமுகப்படுத்திக் கொடு' என்று கேட்டான். நான் பல்லைக் கடித்துக்கொண்டு 'போடா தறுதலை' என்றேன். அவன் வெட்கப்பட்டான். அனுராதாவின் முகத்தைப் பார்த்தேன், சிவந்திருந்தது. சிரித்துக்கொண்டிருந்தாள். முகத்தில் பெருமிதம். 'இவன் ஆதி, மகாராஜா கல்லூரியில் பி.ஏ. கடைசி வருடம் படிக்கிறான்' என்று மட்டுமே சொன்னேன். 'அனுராதா என் நெருங்கிய தோழி, என்னுடன் பி.எஸ். சி. முதல் ஆண்டு படிக்கிறாள்' என்று அனுராதாவை ஆதிக்கு அறிமுகப்படுத்தினேன். இப்படித் தொடங்கிய அவர்கள் அறிமுகம் பிறகு சந்திக்கும் போதெல்லாம் ஒரு புன்னகையுடன் தொடர்ந்தது. பிறகு ஒரு ஹலோ. அவர்கள் இருவரும் அதிகம் பேசிக்கொள்ளாவிட்டாலும் பரஸ்பர நட்பை விரும்புகிறார்கள் என்பது அவர் முகங்களைப் பார்க்கும் யாரும் சொல்லிவிடலாம். ஆதி அனுராதா எங்கள் வீட்டிற்கு வருவதையே காத்துக்கொண்டிருப்பான். அனுராதா எங்கள் வீட்டிற்கு வரும்பொழுதெல்லாம் அவன் வீட்டின் பக்கம் ஒரு பார்வை பார்த்து பிறகு எங்கள் வீட்டுக் கதவைத் தட்டுவதை ஒருநாள் ஆதி அவன் வீட்டு சன்னல் வழியாகப் பார்த்தான். அன்று அனுராதாவின் மனம் சிறகுகள் இல்லாமலேயே பறந்திருக்கும். அவள் கண்கள் சிரித்த சிரிப்பு அதைக் காட்டியது. இப்படித் தொடங்கிய அவர்கள் நட்பு, சில சமயம் என் கண்களையும் தவிர்த்து சந்திக்கத் தொடங்கின. பல நாட்களுக்கு அவர்கள் சந்திப்பது எனக்குத் தெரியவே இல்லை. அனுராதா தேவைக்கு அதிகமாக எங்கள் வீட்டில் தங்கிப்போவது எனக்கு சந்தேகத்தை ஏற்படுத்தியது. நான் ஒரு நாள் அவனிடம் 'என்னடா ஆதி, அனுராதாவை

காதலிக்கிறாயா?' என்று நேரடியாகவே கேட்டுவிட்டேன். 'அப்படி ஒண்ணும் இல்லடீ, ஜஸ்ட் ஃப்ரெண்ட்ஷிப்' என்றான். 'உன் ஃப்ரெண்ட் நான் இருக்கந்தானே, பிறகு எதற்கு அவ?' என்றேன். என் கேள்வியில் சிறிது பொறாமை இருந்திருக்கவேண்டும். 'விடுடீ, அவ வேற மாதிரி' என்றான். 'வேற மாதிரின்னா...' என்று சீண்டினேன். 'அப்படீன்னா... வேற மாதிரிடி...' என்று முதுகில் குத்தினான். 'எல்லாம் தெரியும்டா, எச்சரிக்கை, அவங்க அப்பா கிரிமினல் லாயர்' என்றேன்.

சர்வசுகந்தி மரம் - ஆதிக்கு அனுராதாவின் நினைவு வரும்பொழுதெல்லாம் மற்றும் சந்திக்கும் பொழுதெல்லாம் என் மணம் அவனை சூழ்ந்துகொள்ளுமாம். தெற்கு மெக்சிகோவிலிருந்து இங்கே இருக்கும் வெப்பமான இடங்களில் வேர்விட்டு வளர்தவள் நான். பட்டை, இலவங்கம், ஏலக்காய், மிளகு, சாதிக்காய் போன்ற மசாலா மணங்கள் ஒருங்கே கொண்ட சில மருத்துவ குணங்களையும் கொண்ட மரம் நான். ஒருவேளை அனுராதவின் வெப்பமான உடம்பு ஆதியை மயங்கச் செய்யும் வாசம் நிறைந்ததாக இருக்கலாம். என் மணத்தை ஒரு தரம் முகர்ந்தவர்கள் என்றும் மறக்கமாட்டார்கள். காதலிக்கும் ஆண்கள் எல்லாம் தன் பெண்ணிடம் இப்படி ஒரு மணத்தை விரும்புகிறார்கள். இந்த மனித மனங்களுக்கு மணம் ஏன் அப்படி ஈர்க்கிறது மற்றும் எதற்காக அவர்கள் குணங்களுக்குத் தகுந்தாற்போல அதை மற்றவரிடம் காணும் விருப்பமடைக்கிறார்கள் என்று எனக்குத் புரியவில்லை. எங்கள் வன இனத்து எல்லா விருக்ஷங்களுக்கும் தனி மணம் உண்டு. ஆனால் அவை மற்ற வாசனைகளைப் பற்றி மனிதர்கள் போல எந்த ஆர்வத்தையும் காட்டுவதில்லை. ஆனால் மனிதன்

அப்படி அல்ல. அவனுக்கு மற்றொரு மணம் மயங்கச் செய்கிறது. சிறப்பாக எதிர்பாலினங்களின் மணம்.

அனுராதா - ஆதியின் அறிமுகமானது உங்களுக்கு எல்லாம் தெரியும். சரோஜா சொல்லி இருப்பாள். அவன் உயரமான மெலிந்த தேகம், நீளமான மூக்கு, அகலமான காது, புன்னைகை இவை முதல் பார்வையிலேயே எனக்குப் பிடித்துப்போனது. *A tall dark handsome* என்று ஆங்கில நாவல்களில் எழுதுவார்களே அதுபோல இருந்தான். அவன் என்னைப் பார்க்கும்போது என் மெய் மனங்களில் ஆயிரம் பூ பூக்கும். என் தேகத்திலிருந்து ஒருவிதமான மணம் வெளியேறும். அவன் என்னைப் பார்க்கும்போது ஏதோ வாசனையை முகர்வதுபோல மூச்சை இழுப்பான். என் சிரிப்பிற்காகவே காத்துக்கொண்டிருப்பான். அப்போது அவன் கண்களில் இருந்து வெளியேறும் மின்னல் என் பார்வையை மங்கச் செய்யும். 'உன் நினைவு வரும்போதும், உன்னைப் பார்க்கும் போதும் எனக்கு சர்வசுகந்தி மரத்தின் நினைவு வருகிறது' என்பான். அப்போது என்னை முழு வனமே தழுவிக்கொள்வதைப்போலத் தோன்றும். சரோஜாவை தவிர்த்து நாங்கள் இருவரும் அவ்வப்போது கரிஷ்மா ரெஸ்டாரண்டுக்கு போவோம். சில சமயம் கட்லெட் தருவிப்பான். நான் கத்தி, முள் கரண்டியைப் பிடித்துக்கொண்டு கட்லெட்டுடன் போராடுவதைப் பார்த்து சிரிப்பான். எனக்கு வெட்கமாக இருக்கும். ஒருமுறை கட்லெட்டை எப்படி முட்கரண்டியால் அழுத்திப் பிடித்து கத்தியால் துண்டு செய்து, துண்டான பகுதியை முட்கரண்டியால் குத்தி எடுத்து நாசூக்காக வாயில் வைக்கவேண்டும் என்று சொல்லிக்கொடுத்தான். ஓரிருமுறை அதுபோல செய்த பின் எளிமையானது.

ஆதி – நான் அனுராதவை முதல் முதலாகப் பார்த்தது சரோஜாவின் வீட்டில். பார்த்த உடனேயே பிடித்துப்போனாள். அவளுடைய அகலமான கண்களின் பார்வை இன்றும் எனக்குள் கண் மூடாமல் கிடக்கிறது. சீப்பிற்கு அடங்காத அடர்த்தியான சுருள் முடி. இடது கண்ணுக்குக் கீழே சின்ன மச்சம். அவளிடமிருந்து வெளியேறும் ஒருவகை மணம். சுமாரான உயரம். எலுமிச்சை மஞ்சள் மேனி. இப்படி அவளுடைய பல சங்கதிகளுக்கு நான் மயங்கி இருந்தேன். பிறகு எங்கள் சந்திப்புகளும், நட்பும் எப்போது காதலாக மாறியதோ தெரியவில்லை. இப்படி இரண்டு ஆண்டுகள் கடந்துவிட்டன. நான் பி.ஏ. முடித்து எம்.ஏ. ஆங்கிலம் கற்க மைசூர் பல்கலைக்கழகத்தில் சேர்ந்தேன். அவள் மீதமிருந்த இரண்டு ஆண்டுகளில் பி.எஸ்.சி முடித்து கல்வியைத் தொடராமல் வீட்டில் இருந்தாள். இப்போது அவள் வீட்டிலிருந்து வெளியே வருவது அரிதியானது. என்னை சந்திப்பது குறைந்தது. அவள் வீட்டில் அவள் திருமணத்தைப் பற்றிய பேச்சுவார்த்தைகள் நடப்பதாக சரோஜா சொன்னாள். காலம் கடந்து போகும் முன் நான் அவளைத் திருமணம் செய்துகொள்ளவேண்டும் என்ற என் முடிவை அவளிடம் சொல்லிவிடவேண்டும் என்று முயற்சித்தேன். ஸ்ரீரங்கபட்டணத்தில் இருக்கும் அவள் பாட்டி வீட்டிற்கு வந்திருக்கும் அவளை தேடிக்கொண்டு வந்திருந்தேன். இன்று போல அப்போது தொலைபேசிகள் இருக்கவில்லை. ஒருவருக்கொருவர் செய்திகள் பரிமாறிக்கொள்வது மிகவும் கடினம். பொதுவான நண்பர்கள்தான் கதி. ஸ்ரீரங்கபட்டிணம் சிறிய ஊர். இருப்பது நான்கைந்து தெருக்கள். தேடுவது சிரமமாகாது என்ற நம்பிக்கையில் வந்து இங்கே இருக்கும் தெருக்களை எல்லாம் அலசிப்பார்த்தேன்.

அவள் எங்கும் கிடைக்காமல் தவித்தேன். எதுவும் தோன்றாமல் இப்போது நதிக் கரையில் இருக்கும் படி மீது வந்து அமர்ந்திருக்கிறேன்.

பிங்க் அண்ட் ப்ளூ – நாங்கள் பிங்க் மற்றும் ப்ளூ லெட்டர் பேட்கள் மற்றும் அன்வலோப்கள். ஆதியும் அனுராதவும் அடிக்கடி சந்தித்துக்கொண்டாலும் ஒருவருக்கொருவர் கடிதம் எழுதிக்கொள்வதுவும் நடந்தது. அனுராதா பிங்க் வண்ணத் தாளில் கடிதம் எழுதி அதே வண்ணக் கவரில் போட்டு ஆதியை சந்திக்கும்போது கொடுப்பாள். ஆதியும் அதுபோலவே ப்ளூ வண்ணத் தாளிலும் மற்றும் கவரிலும் கடிதம் எழுதிக் கொடுப்பான். தொடக்கத்தில் அனுராதா என்று அழைத்தவன் பிறகு அது அனுவாகி கடைசியாக ‘அனுமா’ ஆனது. ஒருமுறை கேட்டிருந்தாள் ‘இது என்ன அனுமா?’– ‘என் அம்மா வீட்டில் ஏதாவது சிறப்பான பலகாரம் செய்தால் எனக்காக சிறிது அதிகமாகவே எடுத்து வைத்திருப்பாள். நீயும் அப்படித்தான் உன் வீட்டில் செய்யும் பலகாரங்களை ஒரு டப்பாவில் போட்டு எனக்கு எடுத்துவந்து கொடுக்கிறாயே, அப்போதெல்லாம் எனக்கு என் அம்மாவின் நினைவு வரும். அந்த உன் பாசத்திற்கு உன்னை ‘அனுமா’ என்று அழைக்கத் தோன்றுகிறது’ என்று சொல்லி இருந்தான். தொடர்ந்து, உன்னை திருமணம் செய்துகொண்டால் உன்னை அனுமா என்றுதான் அழைப்பேன்’ என்றும் சொல்லி இருந்தான். அவர்களுக்கு ஒரு மகளும் ஒரு மகனும் பிறக்கவேண்டும் என்றும், அவர்கள் பெயர் ஏதுவாக இருந்தாலும், பெண்ணை ‘பிங்கி’ என்றும், ஆணை ‘நீலன்’ என்ற செல்லப் பெயர்களில் அழைக்கவேண்டும் என்ற கனவையும் கண்டார்கள். அனுராதவுக்கு

உள்ளுக்குள்ளே பெருமையாக இருந்தாலும், ஏனோ இது சிறுபிள்ளைத்தனம் என்று தோன்றியது. அவன் தன் கடிதத்துடன் கவரில் சில சமயம் ரோசா இதழ்களை நிறைத்து, கடிதத்தின் மேல் யூடிகோலன் தடவிக்கொடுப்பான். அப்பொழுது எல்லாம் பாட்டிலின் கார்க்கைத் திறந்ததும் 'பள்' என்ற சத்தத்துடன் வரும் அவள் சிரிப்பு ஷாம்பைன் போலப் பொங்கி வரும். ஆதி அதைக் கண்கொட்டாமல் பார்த்து ரசிப்பான்.

சரோஜா – ஒருநாள் வீட்டில் நான் தனியாக இருந்தேன். அப்போது அனுராதா வந்தவள் ஆதியைப் பார்க்க வேண்டும் என்றாள். நான் அவன் வீட்டிற்குப் போய் அவனை வரச்சொன்னேன். வந்தவன் அனுராதவை மௌனமாகப் பார்த்துக்கொண்டு நின்றான். இருவர் கண்களிலும் கண்ணீர் நிறைந்திருந்தது. அனுராதாவின் கையில் திருமண அழைப்பிதழ். அதை ஆதிக்குக் காண்பித்தாள். எங்கள் வீட்டார் மிகவும் சம்பிரதாயத்தை கடைபிடிப்பவர்கள். சாதி விட்டு சாதி திருமணம் செய்ய ஒத்துக்கொள்ளமாட்டார்கள். அதனால் நம் காதலைப் பற்றி அவர்களிடம் சொல்லவில்லை என்று ஏதேதோ சொல்லிக் கொண்டிருந்தாள்... ஆதி மௌனமாகவே இருந்தான். அவன் கல்வியை இன்னும் முடிக்கவில்லை. வேலை கிடையாது. அவன் வீட்டிலும் கலப்புத் திருமணத்திற்கு சம்மதிக்கமாட்டார்கள். இருவர் வீட்டின் நிலைமையை அறிந்திருந்தும் இவர்கள் எதற்காக காதலித்தார்கள்? இவற்றை பார்த்தா அல்லது சம்பந்தப்பட்டவர்களைக் கேட்டா காதல் உண்டாகிறது?! அது காட்டுப் புல், விதையே இல்லாமல் தானாக முளைத்து வளர்ந்துவிடும்.

ஆதி - அனுராதா கொடுத்த அழைப்பிதழை பிரித்துப் பார்த்தேன். அவள் திருமணமாவது டில்லியில் இருக்கும் மத்திய அரசின் உள்துறை அமைச்சர் அலுவலகத்தில் ஜூனியர் செகரெட்டரியை என்பது தெரிந்தது. அவளுடைய அம்மாவின் ஒன்றுவிட்ட சகோதரனின் மகன் என்பதும், இவளை விடவும் பத்துப் பன்னிரெண்டு ஆண்டுகள் மூத்தவன் என்பதும் தெரிய வந்தது. நான் நொறுங்கிப்போனேன். உடம்பு முழுவதும் வியர்வை. அப்படியே அங்கே இருந்த நாற்காலியில் விழுந்தேன். சரோஜா உள்ளே போய் ஒரு துண்டை எடுத்துவந்து முகத்தைத் துடைத்து பருக தண்ணீர் கொடுத்தாள். எதிர் நாற்காலியில் அனுராதா உட்கார்ந்திருந்தாள். அங்கே ஒரு அடர்த்தியான மௌனம். மௌனத்தை முறிக்கும் துணிவு எங்கள் மூவரில் யாருக்கும் இருக்கவில்லை. என் மனதில் ஆயிரம் சிந்தனைகள். எங்காவது ஓடிப்போய் திருமணம் செய்துகொள்ளலாமா. சல்லிக்காசு சம்பாத்தியம் இல்லாமல் எங்கே ஓடிப்போவது. வயிற்றிற்கு ஈரத் துண்டைக் கட்டிக்கொண்டு கதகதப்பாக குடும்பம் நடத்த முடியுமா? பெரிய அதிகாரத்தில் வேலையில் இருப்பவனை திருமணம் செய்துகொள்கிறாள் நன்றாக இருக்கட்டும்... என்ற பெரும்போக்கான எண்ணம் ஒன்றும் கிடையாது. நான் ஒரு நிலையை அடைந்த பிறகு திருமணம் செய்துகொள்ளலாம் என்று இருந்தேன். அதுவரை காத்திருப்பாள் என்றும் நம்பினேன். ஆனால் இப்போது அது முடியாது என்ற உண்மை நிலை என் தலையில் அடித்து அமர்த்தியது.

அனுராதா - எனக்குத் தெரியும். ஆதி அப்படி நொடிந்துபோவான் என்று. என் வீட்டில் இந்தத் திருமணம் வேண்டாம் என்று நான் ரகளை செய்ததை

எல்லாம் அவனிடம் சொல்லி என்ன செய்ய. அவனுடன் ஓடிப்போய் எப்படித் திருமணம் செய்துகொள்ள முடியும். என் அப்பா கிரிமினல் வக்கீல். அதுமட்டுமல்ல ஊரில் பெரிய புள்ளி. நிறையச் செல்வாக்குள்ள மனிதர். அவருக்குத் தெரியும் இப்படிபட்ட பிரச்சினைகளை எப்படிச் சமாளிப்பது என்று. என் அம்மாவின் தற்கொலை மிரட்டல் என்னை எந்தத் துணிவான முடிவையும் எடுக்க விடவில்லை. நான் அப்படி ஓடிப்போய் திருமணம் செய்துகொண்டால் என் தம்பி, தங்கையின் வாழ்க்கை? பெரிய பதவியில் இருக்கும் அழகான கணவன், சொகுசான வாழ்க்கை என் கண் முன் தோன்றி இந்த குறுகிய காலக் காதலுக்கு எந்த மதிப்பும் கிடையாது என்று என்னை சுயநலக்காரியாக்கியதா? தெரியாது. என்ன இருந்தாலும் நடைமுறை வாழ்க்கைக்கு முன்னால் கற்பனை வாழ்க்கைக்கு என்ன மதிப்பு இருக்க முடியும்?!

காலம் – என்னை சரியாக கணித்தவர்கள் யாரும் கிடையாது. எனக்கொரு அளவுகோல், கணிப்பு இருக்கலாம். ஆனால் நான் எப்போது, எப்படி நடந்துகொள்வேன் என்று சரியாக யாராலும் சொல்லமுடியாது. என்னாலும் முடியாது. எல்லோருடைய வலியையும், துயரத்தையும், காயங்களையும் முழுமையாக நிவர்த்தி செய்யமுடியாவிட்டாலும், காலப்போக்கில் மழுங்கச் செய்யமுடியும். எல்லாவற்றையும் மறந்துவிட்டேன், வலிகளை எல்லாம் முழுங்கி தண்ணீர் குடித்துவிட்டேன், துன்புறுத்தும் எந்த நினைவுகளும் எனக்குக் கிடையாது என்று தற்பெருமை பேசிக்கொண்டு, முகமூடி அணிந்து நடிப்பவர்களின் ஆரிய காயங்களை மறுபடியும் கீறித் துடிக்கவைப்பேன். அப்படித்தான் ஆதியும், அனுராதவும்

என்னதான் நடைமுறை வாழ்க்கை என்று தங்கள் வாழ்க்கையை அமைத்துக்கொண்டு நடந்தாலும், அவ்வப்போது செருப்பில் சிக்கிக்கொண்ட சிறிய கல்லைப்போல, பல் இடுக்கில் சிக்கிக்கொண்ட சிறிய துணுக்கைப்போல, கண்ணில் விழுந்த தூசியைப்போல அழுந்திக்கொண்டே இருப்பேன். அப்படி எல்லாம் துன்புறுத்தும் விருப்பம் எனக்கும் கிடையாது. ஆனால் என்ன செய்ய பாழாய்ப்போன என் பிறவி குணம். அவ்வப்போது ஆதிக்கு சர்வசுகந்தி மரத்தின் மணத்தையும், அனுராதாவுக்கு யூடிகோலன் மற்றும் ரோசா இதழ்களின் மணத்தையும் தோன்றவைத்து பழைய நினைவுகளை நோண்டி துன்புறச் செய்வேன். இப்படி சுமார் இருபது ஆண்டுகள் கழிந்தன. அவர்களுக்கு இடையே எந்தத் தொடர்பும் இல்லை. இதுதான் என் விளையாட்டு.

சரோஜா – நான் மைசூரிலேயே என் உறவுக்காரப் பையனை திருமணம் செய்துகொண்டு அங்கேயே ஒரு தனியார் கல்லூரியில் விரிவுரையாளராக வேலை செய்தேன். என் கணவர் மைசூரில் ஒரு சிறிய தொழிற்சாலையில் பொறியாளார். ஆதியும் எம்.ஏ ஆங்கிலம் முடித்து, முனைவர் பட்டமும் பெற்று மைசூர் பல்கலைக்கழக ஆங்கிலப் பிரிவில் உதவிப் பேராசிரியராக வேலை செய்துகொண்டிருந்தான். திருமணமும் நடந்து அவன் மனைவி ஒரு தனியார் கல்லூரியில் கன்னட விரிவுரையாளராக பணியாற்றிக்கொண்டிருந்தாள். திருமணமான புதிதில் அனுராதா மைசூருக்கு வரும்பொழுதெல்லாம் என்னை சந்தித்தாலும் பிறகு படிப்படியாக குறைந்து மெல்ல அவளைப் பற்றிய எல்லா செய்திகளும் நின்றுவிட்டன. தொடக்கத்தில்

ஆதியைப் பற்றி விசாரித்துக்கொண்டிருந்தவள் அதையும் நிறுத்திவிட்டாள். அவனை ஒருமுறை சந்திக்கவும் சொல்லி இருந்தேன். 'வேண்டாம்' என்று மறுத்துவிட்டாள். ஆதிக்கு அனு ஆண்டுக்கு ஒருமுறை வந்துபோவதை சொல்லிக்கொண்டிருந்தேன். முதல் முதலில் உற்சாமாகக் கேட்டுக்கொண்டிருந்தவன் தற்போது அதில் எந்த அக்கறையும் இல்லாததுபோல நடந்துகொண்டதை அறிந்து நானும் அவளைப் பற்றி அவனிடம் சொல்வதை நிறுத்திக்கொண்டேன். அவனும் கேட்கவில்லை. எங்கள் சந்திப்பும் குறைந்துகொண்டே இருந்தது. காலம் எல்லோரையும் விலக்கி வைத்திருந்தது. இப்படி சுமார் இருபது ஆண்டுகள் கடந்துபோனது. ஒரு நாள் அனு திடீர் என்று வீட்டிற்கு வந்தாள். எனக்கோ வியப்பு. பேசிக்கொண்டிருந்தோம். பேச்சுக்கு இடையே தான் இங்கே ஒரு வாரம் தங்கபோவதாகவும் 'ஆதியைப் பார்க்க வேண்டும்' என்று சொன்னாள். 'ஏன், என்ன ஆனது?' என்றேன். 'இல்லை, பார்த்து பல வருடங்கள் ஆனாது, பார்க்கத் தோன்றுகிறது' என்றாள். 'சரி, அவனிடம் சொல்கிறேன்' என்றேன்.

ஆதி - அன்று வகுப்பை முடித்துக்கொண்டு என் அறையில் அமர்ந்திருந்தேன். அங்கேயே அருகிலிருக்கும் கல்லூரியில் வேலை பார்த்துக்கொண்டிருக்கும் சரோஜா வந்தாள். இப்படி எப்போதாவது வருவாள். சில நேரம் இருந்து பேசிவிட்டு போவாள். சில சமயம் அனுராதாவைப் பற்றியும் சொல்லி இருக்கிறாள். அதுவும் ஒருநாள் நின்றுபோனது. நானும் அவளைப் பற்றிக் கேட்கவில்லை. பேசிக் கொண்டிருந்தவளுக்கு தேநீர் தருவித்தேன். குடித்துக்கொண்டே சொன்னாள், 'அனு வந்திருக்கிறாள்'. நான் எந்த பதிலும் சொல்லவில்லை.

'உன்னை நாளை காலை சந்திக்க வேண்டுமாம். ஊரிலிருந்து சிறிது தொலைவில். அதற்காக லலிதமகால் பேலஸ் ஹோட்டல் காப்பி ஷாப்பிற்கு வரச்சொல்ல சொன்னாள்' என்றேன்.

அனுராதா - சரோஜா என் வீட்டின் தொலைபேசிக்கு அழைத்து 'ஆதி நாளை காலை 10 மணிக்கு நீ சொன்ன இடத்தில் சந்திக்கிறானாம்' என்றாள். என்னால் நம்ப முடியவில்லை. இருபது ஆண்டுகள் கடந்துவிட்டன. தொடர்பே கிடையாது. இப்போது நான் அழைத்ததும் வருகிறேன் என்கிறான். அவனுக்கு என் மீது இன்னும் நட்பு, மரியாதை இருக்கிறது போல. காதலும் இருக்குமா! மனது ஏன் இப்படிப் பித்துப் பிடித்துத் தவிக்கிறது. மனம் என்றால் அப்படித்தானோ! எனக்கு அவன் மீது இன்னும் காதல் இருக்கிறதா? உறுதியாகச் சொல்லத் தெரியவில்லை. அவனை நான் திருமணம் செய்துகொள்ளமுடியாது என்று நான் அன்று சொன்னபோது எப்படி வியர்த்துவிட்டான். எனக்கும் பாவமாகத்தான் இருந்தது. ஆனால் அன்று மனம் ஏனோ உறுதியாக இருந்தது. நான் என் துயரத்தை அதிகமாக வெளிப்படுத்தவில்லை. என்னைப் பற்றி என்ன நினைத்தானோ? என் மீது அவனுக்கு கோபம் இருக்கமுடியாது. அப்படி இருந்தால் இப்போது வருவதற்கு ஒத்துக்கொண்டிருக்கமாட்டான்.

லலிதமகால் பேலஸ் ஹோட்டல் - நான் ஒடையார் காலத்து அரண்மனைகளில் ஒன்று. மைசூர் நகரத்தில் இருந்து சிறிது தொலைவில் இருக்கும் ஒரு வெள்ளை மாளிகை. அவ்வப்போது இராஜா மகாராஜாக்கள், நாட்டின் கண்ணியமான பெரியவர்கள் இங்கே ஒடையாரின் விருந்தோம்பலை அனுபவித்திருக்கிறார்கள்.

ஒடையாரின் பெருமைகள் எல்லாம் குறைந்த பிறகும் தற்போது மீதமிருப்பது அவர்கள் கட்டிய கட்டடங்கள். ஆனால் எல்லாம் மிக அழகானவை. இப்போது நான் ஐந்து நட்சத்திர ஹோட்டல். இன்று இங்கே இரண்டு சிறப்பு விருந்தினர்கள் இருபது ஆண்டுகளுக்குப் பிறகு சந்திக்க இருக்கிறார்கள். அவர்கள் சந்திப்பிற்காக நானும் ஆர்வத்துடன் காத்துக்கொண்டிருக்கிறேன். என் அழகைக் கண்டு அவர்கள் வியப்படைவார்களா! அல்லது அவர்களின் சந்திப்பின் அழகான தருணத்தில் மூழ்கி என்னை கண்டுகொள்ளாமல் போவார்களா!

ஒரு அழகான பெண் வெகு கம்பீரமாக வந்து ஒரு ஓரத்தில் காப்பி மேசைக்கு அருகில் இருக்கும் நாற்காலியில் கால்மீது கால் போட்டுக்கொண்டு உட்காருகிறாள். அவள்தான் அனுராதாவாக இருக்க வேண்டும். அவள் உடுத்தி இருந்த டிசைனர் சேலை என் சுவரில் தொங்கிக்கொண்டிருந்த அழகான ஓவியம் போலத் தோன்றியது. மூக்கில் மின்னிக்கொண்டிருந்த வைர மூக்குத்தி மேலே தொங்கிக்கொண்டிருந்த ஷாண்டலீயரின் ஒளியை மங்கவைப்பதுப் போலத் தோன்றியது. ஓரிரு வெள்ளி இழைகள் அவள் கருப்பான சுருள் முடியின் அழகின் கம்பீரத்தை அதிகப்படுத்தியது. இப்போது இங்கே வரும் ஆதி இவளைப் பார்த்து முன்னை விட அதிகமாகக் காதலித்தாலும் வியப்பாக இருக்காது.

அவள் வந்து அமர்ந்ததும் வெய்டர் மேசைக்கு அருகே சென்று ‘குட் மார்னிங் மேடம்’ என்று சொல்லி, ‘என்ன வேண்டும்’ என்று கேட்டபோது, நுனி நாக்கில் ‘கென் யூ கீவ் மீ அ ஃப்யூ மினிட்ஸ், ஐ ஆம் வெய்டிங் ஃபோர் அ ஃப்ரெண்ட்’ என்ற போது அங்கே லாஞ்ச்

முயூசிக்கில் டியூக் வெல்லிங்டன்னின் ஜாஸ் இன்னிசை ஒன்று கேட்டது. அவள் சுற்றியும் கண்ணை ஓடவிட்டு ஆர்வத்துடன் அவள் நண்பனுக்காக காத்திருந்தாள். ஒருவிதமான பரிதவிப்பு இருந்தாலும் அதுவும் அழகாகத்தான் தெரிந்தது. இந்தப் பெண் என்ன செய்தாலும் ஏன் அழகாகவே தெரிகிறாள். இப்படி நான் யோசித்துக்கொண்டிருந்தபோது,

தொலைவில் யாரோ நடந்துவரும் மிதியடிச் சத்தம். உயரமான அழகான உருவமொன்று கையை வீசிக்கொண்டு அவளை நெருங்கிக் கொண்டிருந்தது. அவன் அருகில் வந்ததும் அவள் எழுந்து நின்று 'ஆதி' என்று கையை நீட்டினாள். அவனும் கையைக் குலுக்கி, 'அனுராதா' என்றபோது அவள் முகம் சுருங்கியதைப் பார்த்து அவன் 'உட்கார் அனு' என்றதும் உதடு சிறிது விரிந்தது.

இருவரும் உட்கார்ந்தார்கள். வெகு நேரம் மௌனம்.

மௌனத்தை கலைத்தவன் நம் வெய்டர்.

'குட் மார்னிங் சார். மேடம் வாஸ் வெய்டிங் ஃபோர் யூ' என்று சிரித்துக்கொண்டே, 'வாட் கென் ஐ சர்வ் யூ சர்' என்றபோது,

ஆதி அனுவைப் பார்த்தான்.

அனு 'காஃபி' என்றதும்,

ஆதி 'டூ காஃபி அண்ட் சம் பிஸ்கட்ஸ்' என்றான்.

'தேங்க் யூ சர்' என்று சொல்லி வெய்டர் போனான்.

மறுபடியும் நீண்ட மௌனம்.

சுமார் இருபது ஆண்டுகள் சுமந்து நின்ற மௌனத்தை அவ்வளவு எளிதாக யாரால் இறக்கிவைக்க முடியும்?

அனு - அப்போதை விட இப்போது நன்றாக இருக்கிறாய்'- பேச்சு எங்கிருந்தாவது தொடங்க வேண்டுமல்லவா.

ஆதி - 'நீ இப்போது மிகவும் அழகாக இருக்கிறாய். ஆனால் கொஞ்சம் தடித்து விட்டாய்'- ஏதாவது பேசவேண்டுமே.

அனு - 'தடித்திருப்பது அசிங்கமாக இருக்கிறதா?'- பெண்ணிற்கு எப்போதும் தன் அழகைப் பற்றிய கவலை. அது அதிகமாக வதைப்பது பழைய காதலனை சந்திக்கும்போது.

ஆதி - 'அப்படி அல்ல. *Pleasantly plump*' என்றான்- ஆணுக்கு பெண்ணைப் பாராட்டும் அக்கறை. அதுவும் பழைய காதலி தானாக வலிந்து மறுபடியும் சந்திக்கும்பொழுது சிறிது அதிகம்.

பேச்சு இன்னும் சரியான திசையில் போகவில்லை என்று இருவருக்கும் தெரியும்.

இருவரும் ஒருவர் முகத்தை மற்றவர் பார்த்துக்கொண்டு சிரித்து நடித்துக்கொண்டிருந்தார்கள்.

வெய்டர் காஃபி பிஸ்கட் வைத்துச் சென்றான்.

பாட்டிலில் இருந்த டிகாஷனை இரண்டு கோப்பைகளுக்கும் ஊற்றி, அனுவின் கோப்பைக்கு பால் ஊற்றும் போதும் 'போதுமா' என்று கேட்டு சக்கரை எவ்வளவு என்ற போது 'இரண்டு' என்றாள்.

தன் கோப்பைக்கு பாலையும் சக்கரையையும் போட்டு அதை தேக்கரண்டியால் கலக்கிக்கொண்டே ஆதி, 'இப்போது காஃபி பழகிவிட்டதா?' என்றான். Someone has to brake the ice! இல்லையா?!

'ஆம் தேநீர் குடித்துக்கொண்டிருந்தவளுக்கு காஃபியை பழக்கப்படுத்தியதே நீ தானே' என்று பழைய நெருக்கத்துடன் பேச்சைத் தொடர்ந்தாள் அனுராதா.

'எப்படி இருக்கிறாய்? மனைவி, பிள்ளைகள்?' என்றாள்.

'நன்றாக இருக்கிறேன். அவளும் சுகம்தான். மகன், மகள் இருவர்.' என்றான்.

'நீ, கணவன், பிள்ளைகள்?' என்று தொடர்ந்து கேட்டான்.

'ஹா, நன்றாக இருக்கிறோம், இருவரும்' என்றாள்.

'பிள்ளைகள்' என்றான்.

'நீ ஒருவந்தான் என்னை 'அனுமா' என்று அழைத்தவன். அம்மா என்று அழைக்க வேறு யாரும் இல்லை.' கண்கள் பனித்தன. தொடர்ந்து 'என்னென்னமோ சிகிச்சை எடுத்தாகிவிட்டது. கும்பிடாத சாமி இல்லை. போகாத குளம் குட்டை கிடையாது. ஆனாலும் குழந்தை இல்லை. அவரிடம் ஏதோ குறையாம். இந்த பிறவியில அந்த பேறு கிடையாதுன்னு நினைக்கிறேன்' என்று சொல்லிக்கொண்டே தேம்பினாள்.

ஆதிக்கு எப்படி ஆறுதல் சொல்லவேண்டுமோ தெரியவில்லை. தவித்தான். மௌனமாகவே அமர்ந்திருந்தான்.

அவள் காஃபியை ஒவ்வொரு மொடக்காக குடித்தாள்.

என்னவெல்லாமோ சொல்லும், கேட்கும் ஆர்வம், தயக்கம், வெட்கம் அவளிடம் தெரிந்தது.

‘நாற்பது வயதாயிற்று. இனி எங்கே குழந்தை. இப்போது மருத்துவ உலகில் பல முன்னேற்றங்கள் ஏற்பட்டுள்ளன என்று தெரியும். அவரும் சம்மதித்திருக்கிறார். ஆனாலும் மற்றவரிடமிருந்து குழந்தை ஆவது எனக்கு விருப்பமில்லை. நீ சம்மதிப்பாயா?’ என்ற வேண்டுதல் குரலுடன் கேட்டாள். அப்படி அவள் கேட்பதில் ஒரு நெருக்கம், நம்பிக்கை, எதிர்பார்ப்பு, நட்பு தெரிந்தது.

ஆதி இதை எதிர்பார்க்கவில்லை. ஓரிரு நிமிடம் அதிர்ச்சியுற்று அமர்ந்திருந்தான். ஏதோ யோசித்துக் கொண்டிருந்தான்.

ஆதி என்ன பதில் சொல்வானோ என்று நானும் உங்களைப்போல ஆர்வத்துடன் காத்துக் கொண்டிருக்கிறேன்.

***

- தூறல் இதழ், மார்ச் 2019
‘எதிர்பார்ப்பு’ என்ற தலைப்பில் வெளியானது.

அத்தர்

"டிட்டி மை டியர்..."

***

ஹைதராபாத்தின் ஓல்ட் சிட்டியில் அத்தர் விற்கும் ஒரு கடையில் உட்கார்ந்திருந்தேன். வினோதம் என்னவென்றால் எந்த மொழி பேசுபவர்களானாலும் ஓல்ட் சிட்டியை 'ஓல்ட் சிட்டி' என்றுதான் அழைக்கிறார்களே தவிர, இந்தி பேசுபவர்கள் 'புராணி ஷஹர்' என்றோ, தெலுங்கர்கள் 'பாத நகரமு' என்றோ, தமிழ் மொழிக்காரர்கள் 'பழைய நகரம்' என்றோ சொல்வதில்லை. உருது பேசுபவர்களும், ஆங்கிலம் தெரியாதவர்களும் கூட 'ஓல்ட் சிட்டி' என்றே அழைக்கிறார்கள். இந்த இரண்டு வார்த்தைகள் அங்கிருக்கும் சார்மினார், நெரிசலான தெருக்கள், சிறிய சந்துகள், ஹலீம் சமைக்கும் நடைபாதை ஹோட்டல்கள், ஷெர்வாணி, குர்தாக்களில் கண்ணுக்கு சுர்மா (மை) பூசிக்கொண்டு மீசை இல்லாமல் நடமாடும் தாடிக்காரர்கள், படுதாக்கள் மூடிய முகத்துடன் வளையல் கடைகளிலும், முத்துக் கடைகளிலும் பேரம் பேசும் பெண்கள், கைவண்டியில் குவித்துவைத்துக்கொண்டு விற்கும் பலவகை ரொட்டிகள், பிரியாணி, ஷெர்வாகளிலிருந்து காற்றில் மிதக்கும்

சூடாக மணக்கும் ஆவிகள், இவைகளை கண் முன் கொண்டுவந்து நிறுத்துமளவுக்கு மற்ற மொழிகளின் வார்த்தைகளிலிருந்து கேட்பதில்லை. இது உண்மையோ அல்லது பிரமையோ, சில மொழிகள் மற்ற மொழிகளின் மீது அப்படி ஒரு தாக்கத்தை ஏற்படுத்திவிடுகின்றன.

பெங்களூரில் ஒரு தனியார் நிறுவனத்தில் வேலையில் இருக்கும் எனக்கு பதவி உயர்வு கிடைத்து நான்கு ஆண்டுகளுக்கு முன்பு ஹைதராபாத்துக்கு மாற்றலாகி இருந்தது. டேங்க்பண்ட் அருகே இருக்கும் என் அலுவலகத்தின் பின்னால் இருக்கும் ககன்மகால் புறநகரில் இரண்டு படுக்கை அறைகள் கொண்ட ஒரு சிறிய வீட்டை வாடகைக்கு எடுத்து குடும்பம் நடத்திக் கொண்டிருந்தேன். வந்து நான்கு ஆண்டுகள் ஆனாலும் அதிகம் நண்பர்கள் கிடையாது. இங்கே சில உறவுக்காரர்கள் இருக்கிறார்கள். அவர்களுடன் தொடர்பில்லை. வேலை நேரம் போக மற்ற நேரங்களை மனைவி, இரண்டு பிள்ளைகளுடன் கழிப்பேன்.

இப்படி வேறு எந்தப் பொழுதுபோக்குகளும் இல்லாமல் வாழ்க்கை சலிப்பாக இருந்தது. தினசரி பத்திரிகை ஒன்றில் ஒருநாள் விளம்பரத்தைப் பார்த்து நிழற்படம் கற்க சேர்ந்தேன். ஒவ்வொரு ஞாயிறு காலை எட்டு மணியிலிருந்து பத்து மணிவரை அபிட்சில் இருக்கும் ஒரு பள்ளியில் வகுப்பு நடக்கும். ஒரு பெண்டெக்ஸ் கேமராவையும் வாங்கினேன். இப்படி மூன்று மாதங்கள் நடந்த வகுப்புகள் முடிந்து அங்கே ஆந்திரபிரதேஷ் போட்டோக்ரபி அசோசியேஷனிலும் உறுப்பினராக சேர்ந்தேன். ஞாயிறன்று சீக்கிரமாகவே எழுந்து ஹைதராபாத்தின் அருகிலேயே இருக்கும் ஏதாவது இடங்களுக்கு போட்டோகிராபி நண்பர்களுடன்

போட்டோ எடுக்கப் போவது வாடிக்கையானது. சில சமயம் தனியாகவும் போவேன். அப்படி பலதடவை இந்த 'ஓல்ட் சிட்டி'க்கு வந்திருந்தாலும் இன்று ஏதோ ஒரு ஆர்வத்தில் அந்தக் கடையில் உட்கார்ந்து அத்தரைப் பற்றி அவன் உருதுவில் விளக்கமாக சொல்வதை கேட்டுக்கொண்டிருந்தேன்.

"இத்தர் என்ற அராபி சொல்தான் காலப்போக்கில் அத்தர் என்று அழைக்கப்பட்டது. இதை சில வேதியியல் பொருட்களாலும் தயார் செய்கிறார்கள். ஆனால் பூ, வேர் மற்றும் பட்டை, இலவங்கம், ஜாதிக்காய் போன்ற மசாலா போன்ற இயற்கைப் பொருட்களாலும் அல்லது வேகவைத்த மண், சந்தன எண்ணெய் போன்றவைகளால் இருந்தும் தயார் செய்யும் அத்தர்கள்தான் தரமானனவை. இது போன்ற பொருட்களை தண்ணீரில் கொதிக்கவைத்து ஆவியாக்கி வடிகட்டி வரும் தைலம்தான் அத்தர். அதை ஒரு ஆண்டிலிருந்து பத்து ஆண்டுகள்வரை சேகரித்துவைத்து பிறகு பயன்படுத்துவார்கள். தரத்திற்கு ஏற்ற விலையாகவோ அல்லது விலைக்குத் தகுந்த தரமாகவோ இருக்கும். 100 மில்லிக்கு 100 ரூபாயிலிருந்து இலட்சம் ரூபாயிக்கு அதிகமாகவும் விற்கப்படுகின்றன. இந்தியாவின் வட மாநிலமான உத்தர பிரதேசத்து லக்னோவிலிருந்து 150 கி.மீ. தொலைவில் இருக்கும் கௌனஜ் என்ற ஊர் இன்றும் அத்தர் உற்பத்திக்கு புகழ்வாய்ந்தது. முகலாயர்களுக்கும் நவாப்களுக்கும் அத்தர் என்றால் மிகவும் விருப்பம். ஹைதராபாத் நவாப்களுக்கோ மல்லிகை மணத்து அத்தர் என்றால் உயிர். கிழக்கத்திய நாடுகளில் அத்தரை விருந்தாளிகளுக்கு அன்பளிப்பாக கொடுப்பது இன்றைக்கும் கௌரவம் என்று கருதப்படுகிறது. அத்தரை அழகான நேர்த்தியான குட்டி, சிறிய மற்றும் பெரிய கட் க்ளாஸ் பாட்டில்களில்

நிரப்பிவைப்பார்கள். வண்ண வண்ணத்து திரவங்கள் நிரம்பிய கட் க்ளாஸ் பாட்டில்கள் மேல் பிரதிபலிக்கும் ஒளிக் கிரணங்கள் சிதறிப் பரவி அங்கே ஒரு கனவு உலகத்தையே உருவாக்கி இருந்தது. அந்த பாட்டில்களை 'இத்தர்தானா' என்று சொல்வார்கள். சூஃபி முனிகள் தியானம் செய்யும்போதும் மற்றும் சூஃபி நாட்டியத்தின் போதும் 'தர்வேஷி'கள் அத்தர் பூசிக்கொள்வது வழக்கம். கேசரி, கேவ்டா, மஸ்க், குலாபி, ஹீனா, அன்பர், ஜாஸ்மின் இப்படி பலவகை வாசனைகளின் அத்தர்கள் உண்டு. அத்தர் சில இதய நோய்களுக்கான மருந்தை தயாரிக்கவும் பயன்படுகிறதாம் மற்றும் அந்த வாசனை திரவங்களால் 'ஆரோமா ஹீலிங்' என்று சில நோய்களையும் குணப்படுத்த முடியும் என்கிறார்கள். இப்படி அவன் அத்தரைப் பற்றிய முழுமையான அறிவை எனக்கு ஏற்படுத்திவிட வேண்டும் என்று முடிவுசெய்தவன் போல பல செய்திகளை சொல்லிக்கொண்டே போனான். பலவகையான அத்தர் பாட்டில்களில் இருந்து கண்ணாடி மூடியை எடுத்து அதனுடன் சேர்ந்தே இருந்த நீளமான கண்ணாடிக் குச்சியால் அத்தரை தொட்டு என் முன்கையில் தடவிக்கொண்டே முகர்ந்து பார்க்க சொன்னான். இப்படி ஐந்தாறு மணங்கள் கலந்து மிக கடுமையான வாசம் என் மூக்குக்கு தட்டி நெத்திக்கு ஏறியது. ஒருவகையான போதை தலைக்கு ஏறியதுபோல தோன்றி எனக்கு போதும் போதும் என்றாகிவிட்டது. அவனுக்கோ ஒன்றையாவது என் தலையில் கட்டிவிடவேண்டும் என்ற பிடிவாதம். என்னை வாங்காமல் போக விடமாட்டான் என்று புரிந்தது. முதல் கிராக்கி. போணியாக வேண்டும். எப்படியோ அந்த வெள்ளை லக்னவி குர்தா, பைஜாமா, தலைக்கு வெள்ளை நூலால் வலையைப்போல

50

பின்னிய 'தக்கியாஹ்' குல்லா அணிந்த மீசை இல்லாத தாடிக்காரனிடமிருந்து விடுவித்துக்கொண்டு வெளியே வந்தால் போதும் என்று, மல்லிகை மணத்தின் ஒரு சின்ன இத்தர்தாணியை 350 ரூபாய்க்கு பேரம் பேசி வாங்கிக்கொண்டேன். அவன் எனக்கு சுண்டுவிரலளவு பாட்டில் ஒன்றை இலவசமாக கொடுத்து, சிரித்த முகத்துடன் 'ஷுக்ரியா சாப், ஆப் கா மேம்ஸாப் கோ பஹூத் பசந்த் ஆயேகா' (நன்றி அய்யா, உங்கள் மனைவிக்கு மிகவும் பிடிக்கும்) என்றான். நான் கொடுத்த விலை அதிகமாகவே இருக்கும் போல.

கடைப் படிகளை இறங்கி நான்கைந்து அடி எடுத்துவைத்ததும் காலில் ஏதோ தட்டுப்பட்டது. குனிந்து பார்த்தேன். கீழே ஒரு ஏஃபோர் அளவின் கவர் கிடந்தது. கையில் எடுத்து சுற்றிலும் பார்த்தேன். யாரும் தென்படவில்லை. கவரை முன்னும் பின்னும் திருப்பிப் பார்த்தேன். கவரின் மேல் பகுதியின் இடது மூலையில் ஒரு சிறிய வட்டத்திற்குள் தனுஷ ராசியின் சின்னம் தங்க வண்ணத்தில் அச்சிடப்பட்டதைத் தவிர, அனுப்பியவருடைய அல்லது சேரவேண்டியவருடைய விலாசம் எதுவும் இல்லை. அந்தச் சின்னத்தின் மேல் பாதி மனிதன், கீழ் பாதி குதிரை உருவத்துடன், வில் அம்பை வான் நோக்கி ஏந்திப் பிடித்திருக்கும் தோற்றத்துடனான ஓவியம். அந்த கவருக்கு சொந்தக்காரன் தனுஷ ராசிக்காரனாக இருக்கலாம் என்று நினைக்க வைத்தது. கவரை கரும்சிகப்பு வண்ணத்து அரக்கு சீல் வைத்து மூடி இருந்தது. அதுவும் தனுஷ ராசி முத்திரை குத்தி காணப்பட்டது. அதைப் பார்க்கும்போது இது ஏதாவது நிறுவனத்திற்கு சேர்ந்ததா இல்லை தனிமனிதனுக்கு சொந்தமானதா என்ற குழப்பம் ஏற்பட்டது. தடித்த ஹேண்ட் மேட் காகிதத்தால் நேர்த்தியாக செய்த பால்

வெள்ளை அன்வலோப். அழகாக தங்க வண்ணத்தில் தனுஷ ராசி ஓவியம் ஒளிர்ந்து கொண்டிருந்தது. இது எந்த நிறுவனத்திற்கும் சேர்ந்ததாகவும் இருக்காது. ஏதோ மிக நல்ல ரசிகனுக்கு உரியது போலத் தெரிந்தது. அந்த கவரிலிருந்தும் அத்தரின் வாசம் வந்தது. ஏற்கனவே இருந்ததா இல்லை என் கையில் தடவி இருந்த அத்தர் ஒட்டிக்கொண்டதால் ஏற்பட்ட மணமா சொல்லமுடியவில்லை.

***

அப்போதுதான் புதிதாக வாங்கிய கினடிக் ஹோண்டா ஸ்கூட்டரின் முன் பக்கப் பெட்டியில் அந்தக் கவரை வைத்து மூடி, வீட்டுப் பக்கம் புறப்பட்டேன். அன்று போட்டோ எடுக்கவே இல்லை. வீட்டுக்குள் வந்ததும் ஐந்து வயது என் மகன் ஓடி வந்து என்னைக் கட்டிக்கொண்டவன் என்னிடமிருந்து வீசிய அத்தரின் வாசத்திற்கு முகத்தை சுளித்து 'அம்மா அப்பாவிடமிருந்து ஏதோ செண்ட் நாத்தம்' என்றபோது உள்ளே இருந்து வந்த மனைவி என்னை முறைத்துப் பார்த்து 'என்ன இது அத்தர் வாசம்' என்று கேட்டாள். நான் நடந்த சங்கதியைச் சொல்லி, அவளுக்கு வாங்கிவந்த அத்தரைக் கொடுத்தேன். அந்த சிறிய அட்டைப் பெட்டியில் பஞ்சு சுத்தி வைத்திருந்த கட் க்ளாஸ் பாட்டிலைப் பார்த்து 'பாட்டில் நல்லா இருக்கு' என்றாள். 'அத்தரும் நல்லா இருக்கும்' என்றேன். ஒரு மாதிரியாக சிரித்தாள்.

என் அறைக்குச் சென்று கேமராவை கப்போர்டில் வைத்தேன். அந்தக் கவரை மறுபடி முன்னும் பின்னும் திருப்பிப் பார்த்து, திறந்து பார்க்கட்டுமா என்று நினைத்தேன். வேண்டாம் யாருடையதோ என்னமோ, என்ன எழுதி இருப்பார்களோ, பாவம், எனக்கெதற்கு.

இதை என்ன செய்யலாம் என்று பிறகு யோசிக்கலாம் என்று, என் புத்தக அலமாரியில் வைத்து, இலவசமாகக் கிடைத்த அந்த சுண்டுவிரல் பாட்டில் அத்தரையும் அதனுடன் சேர்த்தே வைத்தேன்.

***

அன்று ஞாயிற்றுக்கிழமை. மனைவி பிள்ளைகள் பிரியாணி சாப்பிட்டு, உண்ட மயக்கத்தில் உறங்கிவிட்டார்கள். நானோ சைவம். சோறு ரசம் சாப்பிட்டு மதியம் தூங்கும் பழக்கமும் இல்லாமல் வீட்டுக்குள் அலைந்துகொண்டிருந்தேன். சலிப்பாக இருந்ததால் 14 இஞ்ச் பிளாக் அண்ட் வைட் டயனாரோ டி. வி யை ஆன் செய்தால், இருக்கும் ஒரே தூர்தர்ஷன் சானலில் 'மொகலே அஜாம்' இந்திப் படத்தின் 'பியார் கியா தோ டர் நா க்யா, பியார் கியா கோயி சோரி நஹீ ஹை...' பாட்டுக்கு அழகி மதுபாலா நடனமாடிக் கொண்டிருந்தாள். அந்தப் படத்தில் இந்தப் பாட்டு ஒன்றை மட்டுமே வண்ணத்தில் எடுத்திருந்தாலும் அப்போதைய டி. வி-களில் கருப்பு வெள்ளையில்தான் ஒளிபரப்பாகும். எத்தனை தடவைதான் இந்த சினிமாவைப் பார்ப்பது என்று பாட்டு முடியும்வரை காத்திருந்து டி.வி-யை அணைத்துவிட்டு, ஏதாவது படிக்கலாம் என்று புத்தக அலமாரியைத் திறந்தேன். திறந்ததும் அத்தரின் மணம். அந்த குட்டி குப்பிக்கு அருகே இருந்த அந்த பால் வெள்ளை ஹேண்ட் மேட் கவர் கண்ணுக்குத் தெரிந்தது. பல நாட்கள் அதை மறந்தே போயிருந்தேன். எடுத்து திறந்து பார்க்கலாமா வேண்டாமா என்ற குழப்பத்தில் வீட்டின் முன்பகுதிக்கு வந்தேன். கவருக்குள் என்ன கடிதம் தானே இருக்கும். யாருடையதோ, என்னமோ. மற்றவர் கடிதத்தை அப்படித் திறந்து படிப்பது சரியா

போன்ற பல நியாயமான கேள்விகளின் குழப்பத்தில் சிக்கி சில நொடி தவித்து, திறந்து பார்த்தே விடுவோம், ஏதாவது சுளிவு கிடைத்தால் உரிமைப் பட்டவர்களிடம் சேர்த்துவிடலாம் என்று நியாயம் கற்பித்துக்கொண்டு கவரைத் திறந்தேன். ஏஃபோர் அளவின் ஐந்தாறு யானைத் தந்த வெள்ளை தாள்கள், ஜம் க்ளிப்புடன் பிணைக்கப்பட்டிருந்தது. இடது பாகத்தின் மேல் பகுதியில் அதே தனுஷ ராசி சின்னம் தங்க வண்ணத்தில் எல்லாத் தாள்களிலும் அச்சடிக்கப்பட்டிருந்தது. எலக்ட்ரானிக் டைப் ரைட்டரால் கருப்பு மையால் அழகான ஆங்கில லிபியால் தாளின் ஒரே பக்கம் டைப் செய்யப்பட்டிருந்தது. முதல் வரி மட்டும் கருப்பு மையில் கையால் இடாலிக் பாணியில் நேர்த்தியாக ஆங்கிலத்தில் எழுதி இருந்தது. அந்த வரிகளைப் படித்தேன்.

Ditty My Dear –

உடனே புரிந்துபோனது இது ஏதோ காதல் கடிதம் என்று. தொடர்ந்து படிக்க வேண்டுமா வேண்டாமா என்று மனம் உறுத்தியது. சும்மா கடிதத்தின் எல்லாப் பக்கங்களிலும் கண்ணை ஓடவிட்டேன். ஏதாவது விபரம் கிடைக்குமா என்று கடைசிப் பக்கத்திற்கு வந்தேன். அங்கே,

Loving Regards,
Yours
M
(10th March 1985)

இந்த கடைசி நான்கை முன் சொன்னதுபோல கையால் எழுதப்பட்டிருந்தது. ஓ, இதை எழுதி பதினைந்து நாட்கள் ஆகிவிட்டன. பாவம் இதை தொலைத்தவர்

எவ்வளவு துயரப்படுவார். ஏதாவது விவரம் இருந்தால் அவர்களிடம் சேர்க்க எளிதாக இருந்திருக்கும். ஏன் எந்த விலாசமும் எழுதவில்லை. ஒருவேளை நேரடியாக கொடுக்கவேண்டி எழுதிய கடிதமாக இருக்கலாமோ. அல்லது இதைப் பெற்றவர் தவரவிட்டுருக்கலாமோ. எதுவும் தெரியவில்லை.

உறுதியாக இது காதல் கடிதம்தான். எந்த ஐயமும் இல்லை. ஆர்வத்தைத் தூண்டினாலும் படிப்பது நாகரிகமல்ல என்று கவருக்குள் வைத்தேன்.

***

மறுநாள் அலுவலகத்திற்கு வந்தவன், சிறிது நேரம் கழித்து, அருகில் பஷீர்பாகில் நாகார்ஜுன ஹோட்டல் மாடியில் இருக்கும் 'டெக்கன் கிரானிகல்' தினசரியின் அலுவலகத்திற்கு வந்து ஆங்கிலத்தில் ஒரு சிறிய விளம்பரத்தை எழுதிக் கொடுத்து, பிரசுரிக்க சொல்லி கட்டணமாக ரூபாய் 50 யையும் கொடுத்தேன்.

"டிட்டி மை டியர் என்று 10ஆம் மார்ச் 1985 அன்று எழுதி *M* என்று கையொப்பமிட்ட கடிதம் ஒன்று தனுஷ ராசி சின்னம் அச்சடிக்கப்பட்ட கவருடன் ஓல்ட் சிட்டி சார்மினாரில் இருக்கும்... அத்தர் கடைக்கு அருகே கிடைத்துள்ளது. உரியவர்கள் இந்த கீழ்க்கண்ட தொலைபேசிக்கு தொடர்பு கொண்டு பெற்றுக்கொள்ளலாம்" என்று என் அலுவலக ஃபோன் எண்ணை குறித்தேன். இதை வாங்கிப் படித்த பத்திரிகை ஆசாமி பைத்தியக்காரனைப் பார்ப்பதுபோல என்னை மேலும் கீழும் நோட்டம் விட்டு, "எந்த மஞ்சிவாடு மீரு, ஈ ரோஜுலு ஜேபிலிஞ்சி பைசலு கர்சுபெட்டி இந்த கொப்ப பணி எவரு சேஸ்த்தாரு" (எவ்வளவு நல்லவரு

நீங்க, இந்தக் காலத்தில தன் கைக்காசைப் போட்டு யாரு இப்படி ஒரு நல்ல காரியத்தை செய்வாங்க) என்றான். நான் வெகுளியாக சிரித்து வெளியே வந்தேன்.

நான் வேலை செய்யும் அலுவலகம் சிறியது. மூன்றே பேர்தான். அதனால் நான் இல்லாதபோது ஃபோன் வந்தால் விவரத்தை வாங்கி வைக்க எனக்குக் கீழ் வேலை செய்யும் மற்ற இரண்டு பேரிடமும் சொல்லிவைத்தேன். வாரம், மாதம் கடந்தாலும் எந்த ஃபோனும் வரவில்லை. சம்பந்தப்பட்டவர்களின் கண்களுக்கு இந்த விளம்பரம் பட்டதோ இல்லையோ. புத்தக அலமாரியின் ஒரு ஓரத்தில் அந்தக் கவரை வைத்தவன் மறந்தே போனேன். ஆனால் அவ்வப்போது ஏதாவது புத்தகத்தை எடுக்க மர அலமாரியைத் திறக்கும்போதெல்லாம் அத்தரின் மணமும் அந்த வெள்ளைக் கவரும் எட்டிப் பார்த்து என்னைச் சீண்டும்.

ஆனால் ஏதோ ஒரு உணர்வு அந்த கடிதத்தைப் படிப்பதிலிருந்து என்னைத் தடுத்தது.

***

மூன்று ஆண்டுகளுக்குப் பிறகு எனக்கு மறுபடியும் பதவி உயர்வு கிடைத்து, பெங்களூரில் இருக்கும் தலைமை அலுவலகத்திற்கு மாற்றலாகி வந்து ஏழு ஆண்டுகளும் கடந்துவிட்டன. பெங்களூர் வந்ததும் சில இலக்கிய ஆர்வம் உள்ளவர்களின் அறிமுகமாகி அவர்கள் கொடுத்த ஊக்கத்தில் நானும் கொஞ்சம் எழுதத் தொடங்கினேன். அப்போதே ஏழெட்டு சிறுகதைகள், சில கவிதைகள், கட்டுரைகள் கன்னடத்து வார, மாத இதழ்களிலும், தினசரிகளிலும் பிரசுரமாகி என் பெயரும் கன்னட எழுத்தாளர்கள் வரிசையில் சேர்ந்துகொண்டது.

என் புத்தக அலமாரியைத் திறக்கும் போதெல்லாம் அந்த அத்தர் மணமும், வெள்ளை கவரும் தெரியும். இப்படி ஒருநாள் என் புத்தக அலமாரியில் இருந்து ஏதோ ஒரு புத்தகத்தை தேடிக்கொண்டிருந்தபோது மறுபடியும் அந்தக் கவர் கண்ணை உறுத்தியது. அந்த கவர் என் கைக்குக் கிடைத்து பன்னிரெண்டோ, பதிமூன்றோ ஆண்டுகள் கடந்துவிட்டன என்று நினைக்கிறேன். கவரைக் கைக்கு எடுத்துக்கொண்டதும் மல்லிகை மணத்து அத்தர் மணம். ஏனோ திறந்து படித்தேவிடலாம் என்று தோன்றியது. இத்தனை ஆண்டுகள் படிக்கவிடாமல் தடுத்த மனசாட்சி இன்று ஏனோ தளர்ந்து போய்விட்டது. என் எண்ணத்திற்கு தகுந்த மாதிரி என் தர்க்கமும் வேலை செய்தது. பன்னிரெண்டு ஆண்டுகள் கடந்துவிட்டன, திறந்து படித்தால் என்ன. முகம் தெரியாதவர்களின் கடிதம். யார் கைக்குக் கிடைத்திருக்கும் என்று அவர்களுக்கும் எங்கே தெரியப்போகிறது. அவர்களும் இதை மறந்தே போயிருக்கலாம். ஏதோ காதல் கடிதம், அவ்வளவுதானே. எந்த இரகசியமானாலும் நான் யாரிடம் சொல்லப்போகிறேன். அப்படியே சொன்னாலும் யாருக்கு என்ன புரியப்போகிறது. இப்படி என் சார்பாகவே தர்க்கம் வாதாடி என் மனதை ஒத்துக்கொள்ள வைத்தேன்.

***

எனக்கு முதலில் ஆர்வத்தைத் தூண்டியது 'டிட்டி' என்ற பெயர். டிட்டி எவ்வளவு அழகான பெயர். செல்லப் பெயராகத்தான் இருக்கவேண்டும். அதுவும் பெண்ணுக்குரிய பெயராகத்தான் இருக்கும். இது ஆங்கில வார்த்தை. 'ஒரு குட்டிக் கவிதை. பாடுவதற்கென்றே எழுதப்பட்ட சிறிய பாடல்' என்பது பொருள். கடிதம் எழுதியவன் காதலனாகத்தான் இருக்கவேண்டும்.

மிகவும் ரசிகனாகவும் இருக்கலாம். இல்லை என்றால் இப்படி ஒரு அழகான பொருளுள்ள பெயர் எப்படித் தோன்றும்! தன் காதலியை இப்படி செல்லமாக பெயர் சூட்டி அவன் அழைத்திருக்கலாம். இந்த *M* என்றால் என்னவாக இருக்கும். அவன் பெயரின் முதல் எழுத்தாக இருக்கலாமோ. செல்லப் பெயராக இருக்க வாய்ப்பில்லை. இவன் எதற்காக தன் முழுப் பெயரை எழுதாமல், *M* என்று மட்டும் எழுதி இருக்கிறான். *M* எழுத்திலிருந்து இவன் பெயர் தொடங்குமோ. அப்படி தொடங்கும் பெயர்கள் 'மோகனன்', 'முரளி', 'முகுந்தன்' இப்படி கண்ணனின் பெயர்களாகத்தான் இருக்கவேண்டும். காதல் கீதல் செய்யும் இப்படிப்பட்டவனின் பெயர் வேறு எதுவாக இருக்க முடியும்! நாம் 'மோகனன்' என்றே அழைப்போம். அழகானவனாக, மோகமிக்கவனாக இருக்கலாம். அதனால் தானோ டிட்டி இவனிடம் மயங்கிவிட்டாள். இவன் ராசியும் தனுசு ராசியாகத்தான் இருக்கவேண்டும். தனுசு ராசிக்காரர்கள் நல்ல காதலர்களாக இருப்பார்கள் என்று கேள்விப்பட்டிருக்கிறேன். இவன் ராசி தனுசானால், அவளுடையது எதுவாக இருக்கலாம்? என் கற்பனை எங்கெல்லாமோ ஓடியது. இந்த ராசிகளைப் பற்றி லிண்டா குட்மன் போன்ற பலர் எழுதியதைப் படித்திருப்பதால் சில நினைவுக்கு வந்தது. தனுசு ராசிக்கு பொருந்திப்போகும் ராசிகள் மிதுனம், கடகம், துலாம், தனுசு, கும்பம். இதில் எது அவளுடையதாக இருக்கலாம்? கும்பமாக இருந்தால் நன்றாக இருக்கும். கும்ப ராசிக்காரர்கள்தான் தனுசு ராசிக்காரர்களுடன் நல்லபடியாக ஒத்துப்போவார்கள். இவைகளைப் பற்றி அதிக நம்பிக்கை இல்லாவிட்டாலும், சும்மா ஒரு ஆர்வத்தில் இப்படி எல்லாம் யோசித்தேன்.

***

'டிட்டி'- இவளுடைய உண்மையான பெயரைப்பற்றி கவலைப்படவேண்டாம். அதைப் பற்றி நமக்குத் தெரியப்போவதில்லை. குட்டிக் கவிதை / பாட்டு என்பதே அழகாகவும், கவர்ச்சியாகவும் இருக்கிறது. இவள் வயது ஏறக்குறைய முப்பத்தி ஐந்து இருக்கலாம். விவாகரத்தானவள். தேசிய வங்கி ஒன்றில் வேலையில் இருக்கிறாள். பெங்களூரில் இருந்து மாற்றலாகி ஹைதராபாத்தில் ஹைரதாபாத் கிளை ஒன்றில் வேலை செய்கிறாள். அங்கேயே அருகில் ஒரு சிறிய வீட்டை வாடகைக்கு எடுத்து வசிக்கிறாள். வந்து சுமார் ஒரு ஆண்டுகள் ஆகியுள்ளது. இவள் விவாகரத்தானவள் என்பது இங்கே யாருக்கும் தெரியாது M என்ற மோகனன் ஒருவனைத் தவிர. அவனும் அதே வங்கியின் 'ஓல்ட் சிட்டி' கிளையில் வேலை செய்யும் ஹைதராபாத்காரன். வங்கியின் ஒரு விருந்தில் இவர்கள் இருவரும் சந்தித்துக் கொண்டார்கள், பிறகு நட்பு ஏற்பட்டு நெருக்கமானார்கள். மோகனனுக்கும் சுமார் நாற்பது வயது இருக்கலாம். திருமணமாகி ஒரு மகனும் இருக்கிறான். நம் டிட்டிக்கு தெலுங்கு வராது. மோகனனுக்கு கன்னடம். அவர்கள் இருவரும் ஆங்கிலத்திலோ, இந்தியிலோ பேசிக்கொள்வார்கள். டிட்டி மாநிறம். எண்ணெய் பூசியதுபோல பளபளவென்று பொலிவுடன் இருக்கும் மென்மையான சருமம். கறுப்பாக, அடர்த்தியாக இடுப்புவரை இறங்கிய கூந்தல், எப்போதும் மின்னும் வைரத்தைப்போல கண்கள், நீர் நிறைந்து சோகமாகவே தென்படும். நெற்றியில் குங்குமப் பொட்டு. காதில் தோடு. இடது மூக்கில் மின்னும் மூக்குத்தி. எப்போதும் கஞ்சி போட்டு உடுத்தும் கைத்தறி சேலை அவளுடைய சாதாரண உயரத்தையும் மெலிதான தேகத்தையும் மேலும் கவர்ச்சியாக காட்டும். அவளைப் பார்க்கும்

எந்த ஆணும் மற்றொரு முறை திரும்பிப் பார்க்காமல் போகவே முடியாது! அப்படி ஒரு கொள்ளை ஈர்ப்பு.

ஆண் பெண்ணின் உறவு எப்போது எப்படி ஏன் பரஸ்பர கவர்ச்சிக்கு ஆளாகி மோகமாகவோ காதலாகவோ வளர்கிறது என்று யாராலும் சொல்லமுடியாது. இவர்கள் நட்பும் அதற்கு விதிவிலக்கல்ல. விருந்தில் சந்தித்தவர்கள், ஃபோனில் அடிக்கடி பேசிக்கொண்டார்கள். பிறகு சனிக்கிழமைகளில் வங்கியின் அரைநாள். வேலையை முடித்துக்கொண்டு அதிக மக்கள் வராத ரிட்ஜ் ஹோட்டலுக்கு வந்து மதிய உணவை முடித்து வெகு நேரம் அரட்டை அடித்துக்கொண்டு, புறப்படும் முன் ஒரு காப்பியைக் குடிப்பது வழக்கம். இந்த ரிட்ஜ் ஹோட்டல் பிரிட்டிஷ் காலத்து ஹோட்டலாக இருக்கவேண்டும். டேங்க்பண்டுக்கு அருகிலேயே ஆனந்த் நகர் என்ற இடத்தில் ஒரு சிறிய மேட்டில் இருக்கும் பெரிய ஹோட்டல். வெளியே பார்க்க பழங்கோட்டையைப்போல தெரியும். உள்ளே அழகான சூழ்நிலை. உயரமான சன்னல்கள், அதற்கு வண்ணத்து பட்டு திரைகள், கூரையிலிருந்து தொங்கவிட்ட ஷியாண்டலிர்கள். சுவரை அலங்கரிக்கும் கத்தி, ஈட்டி, கேடயம் மற்றும் சில தைல ஓவியங்கள். அடர்த்தியான, சுத்தமான வெள்ளை துணியால் போர்த்தபட்ட வட்டமான மர மேசைகள். அதன் மேல் ஒத்தை ரோசா வைத்த சிறிய பூ குண்டா. ஒரு மேசையை சுற்றி நான்கு மர நாற்காலிகளில் மெத்தென்ற இருக்கைகள். வெள்ளை உடை அணிந்த பணியாட்கள். முகலாய பாணியில் சமைக்கப்பட்ட ருசியான உணவுகள். இந்த ஹோட்டலுக்குள் வந்தவர்களை வேறொரு உலகிற்கு அழைத்துச் செல்லும் அங்கே பின்னணியில் கேட்கும் மெல்லிய இந்திய கிளாசிகல் இசை. இருவரும் வாரம் தவறாமல் இங்கே வந்து சாப்பிடுவதால் அங்கே வேலை

செய்பவர்களுக்கு இவர் நல்ல பரிச்சயம். பரிமாறும் சிப்பந்திகளுக்கு இவர் இருவரின் விருப்பமான உணவுகள் அத்துப்படி.

இவர்கள் கேட்காமலேயே முதலில் கொண்டுவந்து வைப்பது ஸ்வீட் அண்ட் சால்ட் லெமன் சோடா. அதை இவர்கள் ருசித்துக்கொண்டிருக்க, இருவருக்கும் பிடித்தமான ரொட்டி, ஆலு பாலக் அல்லது கோபி மசாலா அல்லது வெஜ் கோஃப்தா இதில் ஏதாவது ஒன்று. கூடவே ஜீரா ரைஸ், தால்தட்கா. அன்றைய சிறப்பான டெசர்ட்- கியாரமல் கஸ்டர்ட் / குர்பானிகா மீட்டா / ஷாஹி துக்டா இவற்றில் ஏதாவது ஒன்று. இருவரும் மிகவும் விரும்பி ருசிப்பது ஷாஹி துக்டா. முக்கோண வடிவத்தில் துண்டு செய்த பிரெட்டை, சுத்தமான பசு நெய்யில் மொறுமொறுவென்று வறுத்து, தேன் கலந்த சர்க்கரைப் பாகில் ஏலக்காய் பொடி தூவி ஊறவைத்த இரண்டு பிரெட் துண்டுகளை வெள்ளைப் பீங்கான் தட்டில் வைத்து அதன் மேல் சுண்டக் காய்ச்சிய பாலால் செய்த ரபடியை பரவவிட்டு, துருவிய பாதாம், முந்திரியுடன் காய்ந்த திராட்சை குங்குமப்பூவையும் தூவி சுடச்சுட கொண்டுவந்து இவர் மேசையில் வைக்கும்போது உணவறையில் இருக்கும் எல்லோர் வாயிலும் நீர் ஊறும். இவர்கள் அதை சிறிய துண்டாக முள் கரண்டியால் எடுத்து வாயில் வைக்க அது கரையும் போது இவர் முகங்களைப் பார்க்க வேண்டும். அப்போதுதான் முத்தமிட்டு ஈரமான உதடுகளுடன் கண்மூடிக்கிடக்கும் அழகு தெரியும். சில சமயம் அந்தப் பாலாடை போன்ற ரபடி டிட்டியின் உதட்டோரத்தில் ஒட்டிக்கொள்ளும். அதை யாரும் பார்க்காதபடி மோகனன் தன் ஆள்காட்டி விரலின் நுனியில் எடுத்து தன் நாக்கில் தடவி சப்புக்கொட்டும்போது அவள்

மாநிற நெற்றியில் இருக்கும் குங்குமத்தின் சிகப்புக் கூடும். டிட்டி 'த்தூ... யே க்யா ஷராரத் ஹை!' (தூ... இது என்ன குறும்பு) என்று பொய்க் கோபம் காட்டும்போது அவன் கண்களில் மயக்கம் ஏறும்.

அவர் இருவரும் இப்படி சந்திப்பது தொடர்ந்தது. சில சமயம் அவன் இவளை அழைத்துக்கொண்டு கோல்கொண்டா கோட்டை, கண்டிபேட் போன்ற இடங்களுக்கு போவான். அவன் பின்னால் டூ வீலரில் அமர்ந்து போவது அவளுக்கு மிகவும் பிடிக்கும். ஊருக்கு வெளியே வந்ததும் அவன் இடுப்பை வளைத்து பிடித்துக்கொண்டு அவன் அகலமான முதுகில் தலைவைத்து சாய்ந்து தன்னைத்தான் மறந்து போவதில் அவளுக்கு அப்படி ஒரு அலாதி மகிழ்ச்சி. காற்றுக்கு சிலநேரம் கலைந்துவிடும் அவள் கூந்தல் அவன் கன்னங்களைத் தடவிப்போகும்போது அவனுக்கு மயில் சிறகால் வருடுவபோல இருக்கும். அவன் இவளுக்கு மல்லிகை அத்தரை வாங்கிக்கொடுத்திருந்தான். இது எங்கள் மைசூர் மல்லிகைப் பூவைப்போல மணக்கிறது என்று சொல்லி இருந்தாள். அந்த மணம் காற்றில் மிதந்து வந்து இவன் நாசிக்குள் புகுந்து தலைக்கு ஏறும். அப்போது அவன் நீளமாக மூச்சிழுத்து மணத்தை அனுபவிப்பான். அப்போது அவள் அவன் இடுப்பை மேலும் இறுக்கமாக அணைப்பாள்.

அன்று யுகாதி. கன்னடர்களுக்கும், தெலுங்கர்களுக்கும் புத்தாண்டு. அவனை தன் வீட்டிற்கு விருந்துக்கு அழைத்திருந்தாள். சின்ன சின்னத் துண்டுகளாக கேரட், பீன்ஸ் வெட்டி, பச்சைப் பட்டாணி கலந்து சமைத்த பிசிபளபாத்துக்கு சூடான பசுநெய் ஊற்றி, நெய்யில் வறுத்த கடலையைத் தூவி, கூடவே பருப்பு வடை,

வெங்காயம் வெள்ளரி கலந்த தயிர் பச்சடி செய்து வாழை இலையில் பரிமாறியபோது அவள் கைருசிக்கு விரல்களை நக்கினான். யுகாதி அன்று செய்யும் கன்னடத்து சிறப்பு இனிப்பான பருப்புப் போளிக்கு பாலும் நெய்யும் ஊற்றி பரிமாறியபோது அவனுக்கு உண்ட மயக்கம்.

அவனும் அவளும் ஒருவருக்கொருவர் கொடுத்துக்கொண்ட அன்பளிப்புகளைப் பற்றி எழுதி இருந்தான். விசேசமாக அவளுக்கு கொடுத்திருந்த கும்ப ராசி சின்னத்து தங்க டாலர். அவள் அவனுக்குக் கொடுத்திருந்த கைக்கடியாரம். அவன் வாங்கிக்கொடுத்த அவளுக்குப் பிடித்தமான போச்சம்பள்ளி கைத்தறி சேலைகள்... அவள் கொடுத்த டீ ஷர்டுகள்...

மறுநாள் ஞாயிறு. அங்கேயே தங்கிப்போக சொன்னாள். எப்படியும் மனைவி பிள்ளைகள் தூரத்து உறவுக்காரர் ஒருவர் வீட்டிற்கு பண்டிகைக்கு போயிருக்கிறார்கள். அவர்களும் மறுநாள் மாலைதான் திரும்புவார்கள் என்று இவனும் ‘சரி’ என்றான்.

காதலிப்பவர்கள் இரவு ஒன்றாகத் தங்கினால் சாதாரணமாக என்ன நடக்குமோ அதுதான் அங்கேயும் நடந்தது. அவள் தங்கச் சொன்னதும், அவன் தங்கியதும் அதற்காகத்தானே. அன்று அங்கே நடந்ததும் நீங்கள் நினைப்பதுதான். அவள் மாநிறத்தில் இந்த முரளி மோகன முகுந்தன் கரைந்துபோனான். அந்த முகுந்தனின் மோகன முரளிக்கு அவளும் சேர்ந்தே கரைந்து போனாள். அவள் தேகத்து மல்லிகை அத்தர் கலந்த வியர்வை மணத்தில் அவன் மயங்கி உறங்கிப்போனான்.

***

இப்படி அவர் உறவுகளின் பல விஷயங்களையும் மற்றும் சந்திப்புகளையும் அந்தக் கடிதத்தில் எழுதி இருந்தான். இப்படி பல கடிதங்களை அவர்கள் பரிமாறிக்கொண்டார்கள் என்பதுவும் புரிந்தது. செம்மையான ஆங்கிலத்தில் எழுதப்பட்ட கடிதம். அந்த மொழியின் அழகுக்கு நானே மயங்கிப்போனேன். இருந்தால் இப்படி ஒரு காதலன் இருக்க வேண்டும் என்று தோன்றியது. இனி டிட்டி என்ன ஆகியிருப்பாள். மாற்றலாகி அவள் திரும்பவும் பெங்களூருக்கே வந்தாள். அதை அறிந்த அவன் கடிதத்தில் அழுதிருந்தான். அவள் வயிற்றில் வளரும் சிசுவை கலைத்துவிட கெஞ்சி இருந்தான். அது அவள் வாழ்க்கையைப் பாதிக்கும் என்றும் சொல்லி இருந்தான். அவள் கோபித்து நிராகரித்ததற்கு அவனுக்கும் கோபம், கவலை, வருத்தம்.

***

நான் அந்தக் கடிதத்திலிருந்து கிரகித்துக்கொண்ட செய்திகளை என் கற்பனையையும் கலந்து இப்படி ஒரு கதையாக எழுதினேன். கடந்த வார இதழ் ஒன்றில் வெளிவந்தது. சில நாட்களுக்குப் பிறகு பத்திரிகை அலுவலகத்திலிருந்து எனக்கு ஃபோன் வந்தது. என் ரசிகர் ஒருவர் 'அத்தர்' கதையைப் படித்து என்னை சந்திக்க விரும்புவதாகவும், அவர் என் ஃபோன் எண்ணையும், வீட்டு விலாசத்தையும் கேட்பதாகவும் சொல்லி, 'கொடுக்கலாமா?' என்று கேட்டார்கள். இப்படி ரசிகர்கள் ஃபோன் செய்வது வீட்டிற்கு வந்து இலக்கியத்தைப் பற்றி, கதைகளைப் பற்றி சர்ச்சை செய்வது சாதாரணமாக நடக்கும்.

அன்றும் ஞாயிற்றுக் கிழமை. வாக்கிங் முடித்துக்கொண்டு, வீட்டுக்குத் திரும்பி அன்றைய நாளிதழை

புரட்டிக்கொண்டு காப்பி அருந்திக் கொண்டிருந்தேன். அப்போது ஒரு ஃபோன் அழைப்பு. பெயரைச் சொல்லி, உங்கள் அபிமானி, உங்கள் கதைகளை விரும்பிப் படிப்பேன். உங்களை சந்திக்க வேண்டும் என்றார். நான் பதினொரு மணி சுமாருக்கு வரச் சொன்னேன்.

வந்தவளை ஏற்கனவே சந்தித்ததுபோல தோன்றியது. சுமார் ஐம்பது வயதிருக்கும். கருப்புக் கரை, கட்டம் போட்ட சரிகை முந்தானை, சாம்பல் நிறத்து கைத்தறி சேலையில் அழகாக இருந்தாள். மாநிறம். சுமார் உயரம். ஐம்பதிலும் ஒரு கௌரவமான கவர்ச்சி. என் கதை கவிதைகள் இலக்கியம் இப்படி பலதை பேசிக்கொண்டிருக்க என் மனைவி காப்பி கொண்டு வந்து கொடுத்தாள். அவள் அருந்திக்கொண்டிருக்கும் போது நான் உள்ளே போய் அந்த பால் வெள்ளைக் கவரை எடுத்து வந்து அவளிடம் கொடுத்தேன்.

மௌனமாக வாங்கிக்கொண்டவள், மல்லிகை அத்தரின் மணத்தை முகர்ந்து நிறைந்த அதே மிளிரும் சோகக் கண்களுடன் கைகூப்பி 'நன்றி, மகன் காத்திருப்பான் சீக்கிரம் போகவேண்டும்' என்றாள்.

குட்டிக் கவிதை அந்தக் காதல் கடிதத்தை மார்போடு அணைத்துக் கொண்டே போனது.

***

- *சிற்றேடு, ஜூலை -செப்டம்பர், 2019*

ஆல்பர்ட் கமூவின் – 'அவுட் சைடர்'

"அப்படி சொல்லாமல் இருந்திருக்கலாம் என்று எனக்குப் பிறகு தோன்றியது. நான் மன்னிப்புக் கேட்கும் காரணம் ஒன்றும் இருக்கவில்லை. இரக்கம் காட்டவேண்டியது அவன். அது அவனுக்கு விட்டது. நாளை நான் திரும்பும்போது ஒருவேளை அவன் அதை எல்லாம் சொல்லலாம்..."

சிங்கப்பூருக்கு விமானத்தில் பயணம் செய்துகொண்டிருந்த அரவிந்தன் ஆல்பர்ட் கமூவின் 'அவுட் சைடர்' புத்தகத்தின் மேல் கண்ட வரிகளைப் வாசித்துக்கொண்டிருந்தான்.

***

ஸ்டார் க்ரூசின் மேல் தளம். இரவு சுமார் ஒரு மணி. பியர் குடித்துக்கொண்டு, மிளகு போட்டு வறுத்த முந்திரியைக் கொறித்துக்கொண்டு, ரிச்சர்ட் கிலாடர்மேனின் 'அ லிட்டில் நைட் மியூசிக்' - 16 கிளாசிக்கல் லவ் சாங்க்ஸ் கேசட்டை வாக்மேனில் கேட்டுக்கொண்டு, அம்மணமான ஆகாயத்தில் மின்னிக்கொண்டிருந்த நட்சத்திரங்களை எண்ணிக்கொண்டு, ஓய்வு நாற்காலியில் காலை நீட்டி அரவிந்தன் சாய்ந்து படுத்திருந்தான். கடல் அமைதியாக இருந்தது. படகு மெல்ல மிதந்துகொண்டிருந்தது. கடல் குளிர் காற்றிற்கோ, கேட்டுக்கொண்டிருந்த இசைக்கோ,

குடித்துக்கொண்டிருந்த பியருக்கோ கண் சொக்கியது. தூக்கமும் இல்லாத விழிப்பும் அல்லாத ஒரு நிலை.

அரவிந்தன் முதல் முதலாக பியர் குடித்தது தன் பதினெட்டாம் வயதில் என்ற நினைவு. சிவமொக்காவின் அந்த பெரிய பாரில், கூட்டம் அதிகமில்லாத மதிய வேளையில் மூலையில் இருந்த ஒரு மேசைக்குச் சென்று அமர்ந்து, வெய்டர் வந்ததும் 'பீர்' என்று சொன்னான். அவன் 'என்ன பிராண்ட்?' என்றதும் எது என்று சொல்லத் தெரியாமல் முழித்துக்கொண்டிருந்தவனிடம், 'இதுதான் முதல் தடவையா?' என்ற வெய்டரின் கேள்விக்கு 'ஆம்' என்று தலையாட்டியபோது 'கிங் ஃபிஷர் நல்லா இருக்கும்' என்று சொல்ல 'சரி' என்பதைப்போல அரவிந்தன் அவனைப் பார்த்தான். வெய்டர் பியர் கொண்டுவந்து, மூடியைத் திறந்து, மக்கை ஒருபக்கமாக சாய்த்து, நுரை எழும்பாமல் மெல்ல பியரை ஊற்றி, 'சிப்ஸ் எடுத்து வருகிறேன்' என்று சொல்லிப் போய் கொண்டு வந்து வைத்தான். அரவிந்தன் முதல் மொடக்கை குடிப்பதற்காகவே காத்திருப்பவன்போல வெய்டர் அங்கேயே நின்றிருந்தான். அரவிந்தன் குடித்ததும் அதன் கசப்பிற்கு கண்மூடிக்கொண்டு முகத்தை சுளித்தான். அதைப் பார்த்த வயதான வெய்டர் 'ஆரம்பத்தில அப்படித்தான் இருக்கும் தம்பி, பிறகு மெல்ல மெல்ல ருசிக்கும், 'என்ஜாய்' என்று சொல்லி அடுத்த மேசைக்குப் போனான். இப்போது இந்த முப்பத்தி ஐந்து வயதிற்கு எத்தனை பியர் குடித்திருப்பேன் என்ற நினைப்பில் தனக்குத் தானே சிரித்துக்கொண்டே குடித்தான். அப்போது இவன் அழைத்து வந்திருந்த பயணக் குழுவில் சிலர் பியர் கேனுடன் அங்கே வந்து கப்பல் விளிம்பில் நின்று அரட்டை அடித்துக்கொண்டு

காலியான பியர் கேன்களை யார் தொலைதூரம் வீசுவது என்ற போட்டியைப்போல கடலில் வீசி எரிந்துகொண்டிருந்தார்கள். இதைப் பார்த்த அரவிந்தனுக்கு எரிச்சலாக இருந்தது. அருகில் சென்று அவர்களை கடுமையாக எச்சரித்து வந்தான்.

இயற்கையை இயற்கையாக இருக்க விடும் இயல்பை மனிதன் எப்போது கற்றுக்கொள்வான் என்ற யோசனைகள் அவனை வாட்டியது.

***

சிவமொக்காவில் ஒரு கூட்டுக் குடும்பத்தின் மூத்த அண்ணனின் மூத்த பையன் அரவிந்தன். இரண்டு சித்தப்பாக்கள், சின்னம்மாக்கள், அத்தை- அப்பாவின் தங்கை மற்றும் மாமன் - அத்தையின் கணவர். இவர்களுக்கு மொத்தம் பதினொரு பிள்ளைகள். எல்லோரும் ஒரே வீட்டில் வாசம், சமையல். ஊரின் பிராதான சாலையான நேரு தெருவில் இருக்கும் தங்கள் துணிக்கடையை நான்கு ஆண்களும் சேர்ந்தே கவனித்துக் கொண்டார்கள். அரவிந்தனின் அப்பா வீட்டிற்குப் பெரியவர் என்பதால் எல்லோரும் அவரிடம் மிகவும் மரியாதையாக இருந்தார்கள்.

வீட்டிற்கு மூத்த மகன் என்று எல்லோருக்கும் அரவிந்தன் செல்லம். பெரியவர்கள் அவன் மேல் அன்பைப் பொழிந்தார்கள். வாய் திறந்து எதையும் கேட்பதற்கு முன்பே அவன் ஆசை நிறைவேறிவிடும். எஸ் எஸ் எல் சி படிக்கும் போதே டிரான்சிஸ்டர் வேண்டும் என்று கேட்டபோது அப்பா கடைக்கு சரக்கு வாங்க பெங்களூருக்கு போனபோது நேஷனல் டிரான்சிஸ்டர் வாங்கி வந்து கொடுத்தார். தினம் இரவு படுக்கைக்கு

அருகில் வைத்துக்கொண்டு ரேடியோ சிலோன், விவிதபாரதிகளில் பாட்டுக் கேட்பான். மற்ற பிள்ளைகள் இவன் அருகே பாட்டைக் கேட்டுக் கொண்டு படுத்திருந்தாலும் ஒருவகையான பொறாமையில் புரள்வார்கள்.

பி யூ சி க்கு சேர்ந்து கொண்டான். கல்லூரி அருகிலேயே இருந்தாலும் சைக்கிள் வேண்டும் என்று கேட்டான். காஞ்சிபுரத்திற்கு பட்டு சேலை கொள்முதலுக்குப் போன அப்பா சென்னையிலிருந்து பச்சை வண்ண ரியாலி சைக்கிளை வாங்கி சேலை மூட்டைகளுடன் இரயில் சரக்கு வேனில் போட்டு எடுத்து வந்திருந்தார். ப்ரூக் தோல் சீட், டைனமோ ஹெட்லைட், கேரியருடன் இருந்த அந்த சைக்கிளை சிவமொக்காவின் தெருக்களில் ஓட்டிக்கொண்டு போகும் போது திரும்பிப் பார்க்காதவர்கள் குறைவு. அப்பாவின் துணிக் கடையில் இருந்து எடுத்துத் தைத்த ஸ்ட்ரச்லான் பெல்பாட்டம் பேண்ட், ஈஜிப்ஷியன் காட்டன் சட்டை, பாட்டாவின் கௌவாடீஸ் சேண்டல்ஸ் அணிந்துகொண்டு அந்த பச்சை சைக்கிளில் கல்லூரிக்குச் சென்றால் மற்ற மாணவர்களின் கண் சிகப்பாகும்.

அரவிந்தன் அப்பா, சித்தப்பாக்கள், சின்னம்மாக்கள், அத்தை, மாமா இப்படி அவர்களிடமிருந்து கைச்செலவுக்கு எப்படியோ பணத்தைப் கறந்துவிடுவான். சில நண்பர்களுடன் ஹோட்டலில் பலகாரம் சாப்பிடுவது, புதுப் படம் வெளிவந்த அன்றே கல்லூரிக்கு மட்டம் போட்டு முதல் ஆட்டத்திற்கு போவது நடக்கும். சில நண்பர்களுடன் பியர் குடிக்கவும் போவான். சின்ன ஊரானதால் பார்த்த யாரோ ஒருவர் அப்பாவிடம் சொல்லிவிட்டார். என்னதான் செல்லப் பையனாக

இருந்தாலும் மகன் கெட்டுப் போகிறான் என்றால் ஆத்திரம் வராமலா இருக்கும். அரவிந்தனின் அப்பாவோ முன்கோபக்காரர். மிரட்டி, பெல்டால் விளாசி இருந்தார். மூத்த சித்தப்பா 'விடுண்ணா, சின்னப் பையன் அடிக்காதே, திருந்திடுவான்' என்று தடுத்திருந்தார். அம்மா அன்று இரவு இவன் அருகில் படுத்துக்கொண்டு அழுதுகொண்டே அறிவுரை சொல்லி இருந்தாள். அன்று அவன் தம்பிகள், தங்கைகள் உள்ளுக்குள்ளேயே மகிழ்ச்சி அடைந்தது இவன் பார்வைக்குத் தப்பவில்லை.

ஒரு நாள் அரவிந்தனின் நெருங்கிய நண்பர்களான ரமேஷும், சதாசிவமும் கல்லூரி மைதானத்தில் மரத்திற்கு கீழே நின்று குசுகுசு என்று எதையோ பேசிக்கொண்டிருந்தார்கள். அருகே சென்று என்ன என்று அவன் கேட்டபோது 'கெம்பம்மா வீட்டுக்கு போலாமுன்னு இருக்கோம் நீயும் வர்றயா?' என்றார்கள். கெம்பம்மாவின் பெயரை அவனும் கேட்டிருந்தான். ஊரின் ஒரு சின்ன சந்தில் இருக்கும் வேசி வீடு. அரவிந்தன் சிவந்து பயந்தான். 'வேண்டாம்ப்பா, எங்க வீட்டுக்குத் தெரிஞ்சா கொன்னுடுவாங்க, அன்னைக்கு பீர் குடிச்சதுக்கே செமையா வாங்கினேன்' என்றான். 'அதுக்காக பீர் குடிக்கிறதை நிறுத்திட்டியா என்ன? என்றான் ரமேஷ். 'குடிக்கிற சந்தோஷத்தை அனுபவிச்சாச்சு, இதையும் அனுபவச்சரலாண்டா' என்றான் சதாசிவம். 'எனக்கு பயமா இருக்கு' என்று அவர்களிமிடமிருந்து கழன்றுகொண்டான் அரவிந்தன். ரமேஷ் 'விடுடா, அவன் ஒம்பது, அவனால முடியாது' என்று சைக்கிள் ஏறிப்போன தனக்கு கேட்கவேண்டும் என்றே சதாசிவத்திடம் சொல்வதுபோல சொன்னதுதன்

காதில் விழாததுபோல அரவிந்தன் சைக்கிளை வேகமாக மிதித்தான்.

மறுநாள் அவர் இருவரும் 'அரவிந்த நீ மிஸ் பண்ணிட்டடா மச்சி, எப்பிடி இருந்துச்சு தெரியுமா' என்ற ரமேஷின் பேச்சைத் தொடர்ந்து சதாசிவன் 'எனக்குக் கிடச்சவா அப்பா...' என்று பேண்டை தளர்த்திக்கொண்டான். அரவிந்துக்கு அங்கே நடந்ததைப் பற்றி மேலும் தெரிந்துகொள்ள ஆர்வம் இருந்தாலும் 'அசிங்கம் காதல், அன்பு இல்லாம இதெல்லாம் எப்பிடிடா' என்றவனிடம் அவர் இருவரும் ஏளனமாக சிரித்து 'மச்சி, இதுக்கெல்லாம் எதுக்குடா காதல் கீதல். அதெல்லாம் வாத்தியார் படத்திலதாண்டா' என்ற ரமேஷ் பேச்சை முடிக்கும் முன் 'போனமா, வேலையை முடிச்சமா, வந்தமா அவ்வளவுதான் கண்ணு' என்று சதாசிவன் சொல்லிக்கொண்டே அரவிந்தனின் கன்னத்தை வருடினான்.

அன்று இரவு டிரான்சிஸ்டர் பாடிக்கொண்டிருந்தாலும் அரவிந்தனுக்கு பாட்டு கேட்கவில்லை. ரமேஷ் சதாசிவனின் பேச்சு காதில் ஒலித்துக்கொண்டிருந்தது. அந்த குளிர்ந்த இரவிலும் போர்த்தி இருந்த போர்வையை விலக்கினான்.

***

இது நடந்து பத்துப் பதினைந்து நாட்கள் கடந்திருக்கும். வீட்டில் பெரியவர்களிடம் இருந்து அவ்வப்போது கறந்த பணம் சுமார் எழுபது ரூபாய் அரவிந்தனிடம் இருந்தது. அன்று மதியம் ரமேஷ், சதாசிவன் இருவருக்கும் தெரியாமல் கல்லூரிக்கு மட்டம் போட்டு, ஒரு சந்தில் இருந்த சின்ன பாருக்குத் தனியாகப் போய் பியர்

சொல்லி குடித்துக்கொண்டே கெம்பம்மாவின் வீட்டிற்கு போகும்யோசைனையில் மூழ்கி இருந்தான். தன் இரு நண்பர்களுக்கும் தெரியக்கூடாது என்ற ஆதங்கம். வீட்டிற்குத் தெரிந்தால் என்ற பீதி. தெரிந்தவர்கள் யாராவது பார்த்துவிட்டால் என்ற தயக்கம். அங்கே போலீஸ் ரைட் ஏதாவது நடந்தால் என்ற பயம். இப்படிபட்ட சந்தேகங்களை வயது எப்போதுமே வென்றுவிடும். ஆசை - பயம், வெட்கம், தயக்கங்களை விலக்கி முரட்டு துணிச்சலைக் கொடுத்தது.

அந்த சின்ன ஊரில் இவன் சைக்கிளின் அடையாளம் பலருக்குத் தெரியும். அதனால் பேருந்து நிலையத்து சைக்கிள் ஸ்டாண்டில் நிறுத்திவைத்து ஐம்பது காசு கொடுத்து டோக்கன் வாங்கிக்கொண்டான். அங்கிருந்து நடந்தே வந்து கெம்பம்மா வீடு இருக்கும் அந்த சின்ன சந்தின் முன்னால் நின்று சுற்றிலும் கண்ணை ஓடவிட்டான். யாரும் தென்படாத ஒரு நொடியில் சந்தில் மாயமாகி வீட்டுக் கதவைத் தட்டினான். ஒருத்தி வந்து கதவை சிறிதாக திறந்து பார்த்து, பிறகு முழுதாகத் திறந்து'வாண்ணே'என்றாள். எங்கே எந்த உறவைச் சொல்லி வரவேற்கிறார்கள் என்று அரவிந்துக்கு சிரிப்பு வந்தாலும், பயத்துடன் நடுங்கிக்கொண்டே உள்ளே நுழைந்தான். சிறிய வீடு, பகலிலும் விளக்கு எரிந்துகொண்டிருந்தது. விளக்கை அணைத்துவிட்டால் பகலும் இருட்டாகிவிடும். ஒரே ஒரு சன்னல். அதையும் மூடி இருந்தார்கள். வெப்பமாக இருந்தது. காற்று இல்லாமலும், பயத்தாலும் அரவிந்தன் வியர்த்துக்கொண்டிருந்தான்.

தடித்த சிகப்புப் பெண் ஒருத்திபச்சை சேலையில், ஒரு ரூபாய் நாணய அளவு குங்கும நெற்றியுடன், அந்த

மதிய நேரத்திலும் கொண்டையும் பூவுமாக, வெற்றிலை அதக்கிய சிகப்பு வாயுடன், மார்பின் பிளவு தெரிய சிறிது விலகிய முந்தானையில், கீழ்பாதி சுவருக்கு பச்சை நிற ஆயில் பெயிண்ட் அடித்திருந்த ஒரு மூலையில் பாய் விரித்து உட்கார்ந்திருந்தாள். பெயருக்குத் தகுந்த மாதிரி இருக்கிறாள். இனி எப்போதாவது கெம்பம்மா என்ற பெயரைக் கேட்டால் இவள்தான் தன்கண்முன் தோன்றுவாள் என்று அரவிந்தன் நினைத்தான். அப்படி ஒரு தோற்றம். 'கண்ணுங்களா வாங்க, கஸ்டமர் வந்திருக்காரு' என்று சொன்னபோது பல வயதின் நான்கைந்து பெண்கள் வந்து நின்றார்கள். 'தம்பி, பாரு யாரு வேணும்?' என்றாள் அந்த குண்டுப் பெண். வந்து நின்றவர்கள் எல்லாம் 'எங்கிட்ட வா' என்ற பார்வையை அரவிந்தன் பக்கம் வீசினார்கள். அதில் ஒருத்தி வேண்டுமென்றே முந்தானையை நழுவவிட்டாள். மற்றொருத்தி கண் சிமிட்டினாள். இன்னொருத்தியோ உதட்டைக் கடித்தாள்.

சில சமயம் அரவிந்தன் அப்பாவின் துணிக் கடைக்குப் போகும்போது சித்தப்பாக்கள் வேலையாக இருப்பார்கள். அப்போது யாராவது வாடிக்கையாளர்கள் வந்தால் அரவிந்தன் கடையின் பாதித்தரைக்கு வெள்ளை விரிப்புப் போட்ட மெத்தையில் சேலைகளைப் பரப்பி 'பாருங்க எது பிடிக்குது?' என்று கேட்பதுபோல இருந்தது அந்த குண்டச்சி இப்படி பெண்களை சரக்காக முன் நிறுத்தி சொன்ன வார்த்தைகள். அங்கே நின்றவர்களின் சுவாசத்திற்கு மார்பு மேலும் கீழும் ஏறி இறங்கினாலும் உயிர் துடிப்புத் தெரியவில்லை.

அதில் ஒருத்தி களையாகத் தெரிந்தாள். அரவிந்தனை விட நான்கைந்து வயது பெரியவளாகவே இருக்கலாம்

அவளை நோக்கி கைநீட்டிக் காட்டியபோது 'ரோசாகண்ணு உள்ள கூட்டிக்கிட்டு போ' என்று சொல்ல, ரோசாவின் பின்னால் நடந்து கெம்பம்மாவைக் கடக்கும் போது அவள் அரவிந்தனிடம் 'முப்பது ரூபாய், அரை மணி நேரம்' என்றாள். அவள் கையில் மூன்று பத்து ரூபாய் நோட்டுகளைத் திணித்து ரோசாவை பின்தொடர்ந்தான்.

பத்தடி சிறிய அறை. ஓட்டுக் கூரை. அழுக்கும், ஒட்டடையும் படிந்த சுவர்கள். கீழே பாய் விரித்திருந்தது. ஏதோ எண்ணெய் வாடை. ஜீரோ கியாண்டல் பல்ப் எரிந்துகொண்டிருந்தது. இருந்த ஒரு சின்ன சன்னலும் மூடிக் கிடந்தது. மூச்சுத் திணறியது. ரோசா சிகப்பாக களையாக இருந்தாள். ஒரு இழை பூச்சரம் தலையிலிருந்து மார்புவரை தொங்கியது. பளபள என்று மின்னும் ஜாக்கெட், கருப்பு நைலான் சேலை. ரோசா வண்ணம் பூசிய கன்னம். வழிய வழிய உதட்டில் பூசிய லிப்ஸ்டிக் மலிவானதென்று அதன் இரத்த சிகப்பு நிறம் காட்டிக் கொடுத்தது. மை பூசிய கண்கள் பெரிதாகத் தெரிந்தன. முந்தானையை நழுவவிட்டு, ஜாக்கெட்டின் கொக்கிகளைக் கழற்றி, பிராவைத் தளர்த்தி மேலே தூக்கினாள். சேலையை தொடை தெரிய இழுத்துக்கொண்டாள். அரவிந்தனின் கையைப் பற்றிக்கொண்டு 'முதல் தடவையா?' என்றாள். 'வெட்கப்படாதே' என்றாள். அரவிந்தன் வியர்த்துக் கொண்டிருந்தான். அந்த வயதில் இதுதான் முதல்முறை அவன் முலைகளைப் பார்ப்பது. மஞ்சள் பாலாடை வண்ணத்தில் உருண்டு திரண்டு இருந்தன. முலைக் காம்பின்பின் பகுதி வட்டம் கேலிபோர்னியா கருஞ்சிவப்பு திராட்சை போல இருந்தது. அரவிந்தனின்

இதயம் படபடத்து உடல் வியர்த்தது. பேண்ட் இறுகியது. அந்த முலைகளை பிடித்து அழுத்த வேண்டும் என்று மனம் துடித்தாலும் கை நடுங்கியது. அவள் அவன் கையை இழுத்து முலை மேல் வைத்துக் கொண்டாள். இவனோ கையை சர் என்று இழுத்துக் கொண்டான். ரோசா கலகலவென்று சிரித்துக்கொண்டே'பயமா?' என்றாள். தொடை மேல் அவள் கைவைத்து அழுத்தியபோது அரவிந்தனின் உடம்பு முழுவதும் அதிர்ந்தது.

'காதலிக்காமல் இது எப்படி?' ரமேஷ் சதாசிவன் கண் முன் வந்து நின்று ஏளனமாக சிரித்தார்கள். அரவிந்தனால் அங்கே இருக்க முடியவில்லை. அவள் கையை தொடையிலிருந்து எடுத்து தூர விலக்கி, எழுந்து கதவைத் திறந்துகொண்டு வெளியே நடந்தான். ரோசா 'ஏ.. ஏ...' என்பது காதில் விழுந்தாலும் அதை சட்டை செய்யாமல் வெளிக் கதவை திறந்துகொண்டு விறுவிறு என்று தெருவுக்கு வந்து விட்டான். 'என்ன ஆச்சு?' என்று கெம்பம்மா கேட்க, 'ஓம்போது போல' என்று ரோசா சொல்வது காற்றில் மிதந்து வந்தது. ரமேஷ் சதாசிவன் இருவரும் 'ஆமா, ஆமா' என்று தலை அசைத்து உறுதிப் படுத்துவது போலவும் தெரிந்தது.

அங்கே இருந்து பேருந்து நிலையத்திற்கு வந்து சைக்கிளை எடுத்துக்கொண்டு வேகமாக மிதித்தவன் வீடு வந்து சேர்ந்ததும் கழிவறைக்குச் சென்று சட் என்று கதவை சாத்தி கொக்கி போட்டுக்கொண்டான்.

***

அன்று இரவு அரவிந்தனுக்கு தூக்கமே வரவில்லை. ச்சே எப்படிப் பட்ட வாய்ப்பை இழந்துவிட்டேன். சும்மா சுகப்படுவதை விட்டு அங்கே என்ன காதல் கீதல்

நட்பு வேண்டிக் கிடக்கிறது. அங்கே போனதைப் பற்றி தப்பித் தவறியும் நண்பர்களிடம் சொல்லிவிடக்கூடாது. ஆண்டவா, யாருக்கும் தெரியாமல் இருந்தால் சரி. இப்படியான கவலைகளில் புரண்டுகொண்டே இருந்தான். மறுநாள் கல்லூரியில் ரமேஷ், சதாசிவன் இருவரின் பார்வையிலிருந்தும் தப்பித்துக்கொண்டிருந்தான்.

இளம் வயதின் போக்கிரித் தனங்களுக்கு கையில் புழங்கும் காசும் ஊக்கமளித்தது. எவ்வளவுதான் தறுதலையாகத் திரிந்தாலும் படிப்பில் கெட்டிக்காரன். கொஞ்சம் இலக்கிய ஆர்வமும் இருந்தது. ஆங்கிலம், கன்னடக் கதை கவிதைகளைக் கொஞ்சம் படிப்பான். அவன் இலக்கிய ஆர்வத்திற்கு கல்லூரி ஆங்கில ஆசிரியர் தீனி போடுவார். எப்படியோ பிஎஸ்சி அறுபத்தி ஐந்து சதவீதம் மார்க் வாங்கி தேர்வடைந்தான். அதே தருணத்தில் வீட்டில் மூடிய சட்டியில் கொத கொத என்று கொதிக்கும் தண்ணீரைப்போல சூழ்நிலை இருந்தது. ஒரு நாள் அந்த சுடுசட்டி கைநழுவி கீழே விழுந்து உடைந்து தெறித்து சுற்றி நின்ற எல்லார் உடம்பிலும் கொப்புளங்கள்.

வியாபாரத்தில் நட்டமாம், அதனால் கடனாம் என்றும், வரும் வருவாயில் இவ்வளவு பெரிய குடும்பத்தைப் போற்றிப் பாதுகாப்பது முடியாத காரியம் என்றும், கடைக்குசரக்கு வாங்கப் போகும் அப்பா கொள்முதல் விலையைக் கூட்டிச் சொல்லி பணம் அடித்தார் என்றும், அண்ணன் ஊரில் இல்லாத போது மச்சினனும் தம்பிகளும் கல்லாப் பணத்தை சுருட்டிக்கொண்டார்கள் என்றும், சரக்கு இருப்பு, வரவு செலவுக் கணக்கில் ஏமாற்றினார்கள் என்றும் ஊரில் பேசிக்கொண்டார்கள்.

உண்மை என்னவென்று வீட்டில் பெண்களுக்கோ அரவிந்தனுக்கோ மற்ற பிள்ளைகளுக்கோ புரியவில்லை.

ஒரு வீடு நான்கு வீடானது. அப்பாவைத் தவிர மற்ற மூன்று ஆண்களும் சேர்ந்து கடையை எடுத்துக்கொண்டார்கள். கடைக் கடன் அப்பாவின் தலையில் சுமத்தப்பட்டது. அப்பா அதே தொழிலை மறுபடியும் வீட்டில் இருந்தே தொடங்கினார். அரவிந்தனை வியாபாரத்திற்கு உதவியாக இருக்க சொன்னபோது 'சரி' என்று சொன்னவன் எந்தப் பொறுப்பையும் ஏற்றுக்கொள்ளவில்லை. வாரத்தில் இரண்டு மூன்று முறையாவது ரொக்க இருப்பில் பத்து இருபது குறையும். ஆரம்பத்தில் கணக்குத் தவறுகிறது என்று நினைத்த அப்பாவுக்கு பிறகு புரிந்தது மகன் தப்பாக நடக்கிறான் என்று. மிரட்டினார், பயமுறுத்தினார். ருசிகண்ட பூனை, திருட்டுத் தனம் செய்துகொண்டே இருந்தது. அப்பா தன் இரண்டாவது மகனின் கல்வியை பாதியில் நிறுத்தி தன் வியாபாரத்திற்கு துணையாக சேர்த்துக் கொண்டார். அரவிந்தன் அதில் இருந்து மெல்ல விலகவேண்டியதானது.

எத்தனை நாட்கள் அந்த சின்ன ஊரில் வேலைவெட்டி இல்லாமல் இருக்க முடியும். அப்போதே சதாசிவன் பெங்களூரில் ஒரு சிறிய தொழிற்சாலையில் கணக்கராக வேலைக்கு சேர்ந்து, ஹனுமந்த நகரில் ஒரு வீட்டின் பின்பகுதியில் சின்ன அறையை வாடகைக்கு எடுத்து வசித்து வந்தான். ரமேஷும் இப்போது பெங்களூரில் வேலையில் சேர்ந்து சிவாஜிநகரில் அவன் சித்தப்பா வீட்டில் தங்கி இருக்கிறான். அரவிந்தன் பெங்களூர் வந்து சதாசிவத்துடன் சேர்ந்து கொண்டான். தினமும் காலையில் சதாசிவன் அரவிந்தனுக்கு பலகாரம் வாங்கிக் கொடுத்து விட்டு வேலைக்குப் போனதும், வீட்டு

சொந்தக்காரரிடம் அன்றைய டெக்கன் ஹெரால்ட் ஆங்கில நாளிதழ் வாங்கி வேலை விளம்பரங்களை அலசுவான். இப்படி பல நேர்முகத் தேர்வுகளுக்கு சதாசிவன் மற்றும் ரமேஷ் உதவியுடன் போய் வந்து கொண்டிருந்தான்.

ஒருமுறை சதாசிவன் அப்பாவுக்கு உடம்பு சரி இல்லை என்று ஊருக்குப் போனான். அவன் போகும் அவசரத்திலோ அல்லது அவனிடமும் பணம் போதுமான அளவு இல்லாததாலோ அரவிந்தனுக்கு செலவிற்கு பணம் தரவில்லை. அப்போது சதாசிவத்திடம் சங்கோசத்தால் அரவிந்தனும் கேட்கவில்லை.

இரண்டு நாட்களாக குழாய்த் தண்ணீரைக் குடித்து வயிறை நிரப்பிக்கொண்டு நேர்முகத் தேர்வுகளுக்குப் போய் வந்தான். வேலை கிடைப்பது குதிரைக் கொம்பாக இருந்தது. அன்று ஒரு டிராவல் ஏஜென்சி கம்பனிக்கு நேர்முகத் தேர்வுக்குப் போனவனிடம், இன்னும் பலரை அழைத்திருப்பதாகவும் அவர்களின் நேர்முகத் தேர்வு முடிந்தபிறகுதான் முடிவை சொல்ல முடியும், வரும் திங்களன்று வந்து உங்கள் முடிவைத் தெரிந்து கொள்ளலாம் என்று சொல்லி அனுப்பினார்கள். வரவேற்பு அறையில் இன்னும் பலர் உட்கார்ந்திருந்தார்கள். வேலை கிடைக்குமோ இல்லை இப்படியே தேடிக்கொண்டு அலையவேண்டியதுதானோ அல்லது ஊருக்குப் போய் அப்பாவின் வியாபாரத்தில் நேர்மையாக உதவலாமா என்ற குழப்பங்களுடன் பிரிகேட் தெருவிற்கு அருகே இருந்த அந்த பெரிய கட்டிடத்தில் இருந்து வெளியே வந்து எம். ஜி. சாலைப் பக்கம் நடந்தான். அங்கே சில கடைகளில் சேலை உடுத்திக்கொண்டு ஷோகேஸ்களில் அலங்காரமாக

நின்றிருந்த பொம்மைகளைப் பார்த்து, இப்படி ஒன்று நம் கடையிலும் இல்லாமல் போனதே என்று ஊரின் அந்த பழைய கடையை நினைத்துப் பார்த்தான். எப்படிப்பட்ட கடை, அப்பாவின் கைநழுவிப் போய்விட்டதே என்று வருத்தப்பட்டான். அவர் கொஞ்சம் முன்கோபி ஆனால் நேர்மையானவர். அந்த குடும்பத்திற்கு அதிகமாக உழைத்தவர். அவர் பெற்றோர்களை இழந்தபோது தம்பிகள், தங்கை சிறியவர்கள். வீட்டிலேயே சிறிதாக துணி வியாபாரத்தை தொடங்கி, நேரு தெருவில் கடை வைக்கும் அளவிற்கு வளர்ந்தார். அதிகம் படிக்காத தம்பிகளையும் வியாபாரத்தில் சேர்த்துக் கொண்டார். தூரத்து உறவுக்காரர் ஒருவர் பையனுக்கு தங்கையைத் திருமணம் செய்துகொடுத்து மச்சினனையும் தன் தொழிலில் சேர்த்துக் கொண்டு வீட்டு மாப்பிள்ளையாக வைத்துக் கொண்டார். வீட்டு பொறுப்புகளை அம்மா ஏற்றுக்கொண்டாள், கடை மேற்பார்வை அப்பாவுடையது. இருவரும் சேர்ந்து இந்த பெரிய குடும்பத்தை எந்த குறையும் இல்லாமல் நிம்மதியாக நடத்திக்கொண்டு போனார்கள்.

அப்பா தம்பிகளை மச்சினனை ஏமாற்றி பணத்தை சுரண்டி இருப்பாரா? அப்படி என்றால் வெளியே வந்ததும் அவரும் ஒரு கடை போடாமல் தன் நண்பர்களிடம் கடன் வாங்கி வீட்டிலிருந்தே மறுபடியும் தொழிலை ஏன் தொடங்கவேண்டும்? கடைக் கடன் பொறுப்பை அவர் எதற்கு ஏற்றுக்கொண்டார்? இப்படி பல சிந்தனைகள் வதைக்க அரவிந்தனுக்கு அப்பாவின் மேல் மதிப்பு அதிகமானது.

நடந்துகொண்டே வந்தவன் கண்ணுக்கு மற்றொரு கடையின் ஷோகேஸ் பொம்மையின் சேலை முந்தானை

நழுவி இருப்பது தெரிந்தது. ரோசா எதற்காகவோ நினைவிற்கு வந்தாள். அன்று அவளுடன் படுக்காமல் தவறு செய்தேனா? அன்பு, காதல், நட்பு இல்லாமல் எப்படி ஒரு பெண்ணுடன் உடல் உறவுவைத்துக்கொள்ள முடியும்? அல்லது நண்பர்களும் ரோசாவும் சொன்னதுபோல நான் அதுவா? இப்படி பல யோசனைகளுடன் நடக்க அங்கே காப்பி ஹௌசின் பெரிய கண்ணாடி வழியாக உள்ளே ஒரு தடியன் மசாலா தோசையை முழுங்கிக் கொண்டிருப்பது தெரிந்தது. மூன்று நாட்களாக எதுவும் சாப்பிடாமல் பெங்களூர் மாநகர கார்பரேஷன் தண்ணியை குடித்து நிறைத்துக் கொண்ட வயிற்றில் நூறு எலிகள் ஓடிக்கொண்டிருந்தன.

எதுவும் செய்யத் தோன்றாமல் பக்கத்தில் இருந்த ஷாப்பிங் காம்ப்ளக்சிற்குள் நுழைந்தான். அங்கிருந்த புத்தகக் கடைக்குள் சென்று புத்தகங்களை எடுத்து புரட்டி பார்த்துக் கொண்டிருந்தான். கடைக் கண்ணாடி அறையில் இருந்த மேனேஜர் வெளியே வந்து 'ஏதாவது குறிப்பிட்ட புத்தகத்தைத் தேடுகிறீர்களா?' என்று கேட்டார். 'இல்லை, சும்மா பார்க்கிறேன்'என்றவன், 'கமூவின் அவுட் சைடர் இருக்கிறதா?' என்று கேட்டான். அவர் சில அலமாரிகளில் தேடி 'இப்போது ஸ்டாக் இல்லை' என்றார், இவன் புத்தக ஆர்வத்தைப் பார்த்து அவர் இவனிடம் பேச்சுக்கொடுத்தார். காஃப்காவின் 'மெடமார்பசிஸ்', 'அ ஹங்கர் ஆர்டிஸ்ட்' மற்றும் பல புத்தகங்களைப் பற்றி இருவரும் பேசினார்கள். பேச்சுக்கு இடையே அவர் கண்ணாடி அறையில் ஃபோன் மணி அலறியது. 'ஒரு நிமிடம்' என்று சொல்லி உள்ளே போனவர் முதுகைக் காட்டிக்கொண்டு ஃபோனில் பேசினார். புத்தகத்தைப் பார்த்துக் கொண்டிருந்தவனுக்கு

மசால் தோசை கண்முன் தோன்றியது. வயிறு கிள்ளியது. சதாசிவன் ஊருக்குப் போவதற்கு இரண்டு நாள் முன்பு பேருந்திற்காக கொடுத்த பணத்தில் இன்றைய பேருந்து செலவு போக ஒன்றரை ரூபாய் மீதமிருந்தது. அரவிந்தன் கடையைச் சுற்றி கண்ணை சுழலவிட்டான். யாரும் இல்லை. வெளியே வாசலில் காக்கி ஆடையில் சுமார் ஐம்பது வயது காவலாளி ஸ்டூலில் உட்கார்ந்திருந்தார். அரவிந்தன் ஒரு விலை உயர்ந்த புத்தகத்தை எடுத்து படிப்பவன் போல நடித்துக்கொண்டு, தன் வயிறை சிறிது உள்ளே இழுத்து பேண்டை தளர்த்தி, சட்டையைத் தூக்கி தளர்ந்திருந்த பேண்ட் இடுக்கில் புத்தகத்தை நுழைத்து சிக்க வைத்துக்கொண்டு மெல்ல வெளியே நடந்தான். காவல்காரனைப் பார்த்து கள்ளச் சிரிப்பு சிரித்துக்கொண்டே வேகமாக நடந்தான். 'ஏ... நில்... நில்லுடா...' என்ற சத்தம் பின்னாலிருந்து வர அரவிந்தன் ஓடினான். அவனை துரத்திக்கொண்டு வந்த காவல்காரன் 'திருடன், திருடன்' என்று பின்னாலிருந்து கத்த, எதிரே வந்த இருவர் அரவிந்தனை பிடித்து நிறுத்தினார்கள். இவன் எவ்வளவு திமிறினாலும் அவர்கள் பிடியிலிருந்து தப்ப முடியவில்லை. பின்னால் மூச்சு வாங்க ஓடிவந்த காவல்காரன் அரவிந்தனை நெருங்கி அவன் உடலைத் தடவியபோது கிடைத்த புத்தகத்தை வெளியே எடுத்து, அரவிந்தனின் சட்டை கழுத்துப் பட்டையைப் பிடித்து இழுத்துக்கொண்டே மேனேஜரின் கண்ணாடி அறைக்குள் தள்ளினான். பின்னால் வந்த சிறிய கூட்டம் கடை வாசலில் நின்றது.

மேனேஜரிடம் காவல்காரன் விவரங்களை சொல்லிக் கொண்டிருந்தபோது அரவிந்தன் வியர்த்துக் கொண்டிருந்தான். கண்ணிலிருந்து நீர் வழிந்தது. வாசலில்

நின்றிருந்த கூட்டத்தை கண்ணாடி வழியாகப் பார்த்த மேனேஜர் வெளியே போய் எதையோ சொல்லி திரும்பி உள்ளே வந்தார். அந்த கூட்டத்தில் இருந்த சிலர் கலைந்து போனார்கள். சிலர் அங்கேயே நின்றிருந்தார்கள். காவல்காரனை வெளியே போகச் சொன்ன மேனேஜர், அரவிந்தனைப் பார்த்து உட்கார் என்றார். அவன் உட்காராமல் நின்றே இருந்தான். 'எதற்காக அழுகிறாய்?' என்று கேட்டார். 'தப்பாச்சு சார், மன்னிச்சுக்கங்க' என்றான். 'பாத்தா நல்ல குடும்பத்து பையன் மாதிரி இருக்க. நிறையப் படிச்சவன் மாதிரியும் தெரியுது. பிறகு எதற்கு இப்படி செய்தாய்?' என்று கேட்டார். அரவிந்தன் அழுதுகொண்டே நின்றிருந்தான். 'போலீசுக்கு புகார் கொடுத்தா உன் வாழ்க்கையே நாசமாயிடும். நீ திருட வரலை அது எனக்குத் தெரியுது. என்ன பிரச்சனை சொல்லு?' என்று அமைதியாகக் கேட்ட மேனேஜரிடம், அரவிந்தன் தன்னைப் பற்றிசொல்லி, சாப்பிட்டு மூணு நாளாச்சு. பசி. அதுக்குத்தான் இதை எடுத்து வித்து சாப்பிடலாமுன்னு...' என்று தொடர்ந்து 'இதுதான் முதல் தடவை. இனிமேல் இப்படி நடக்காது. மன்னிச்சுக்கங்க...' என்று அழுதுகொண்டே சொன்னான். மேனேஜருக்கு என்ன தோன்றியதோ என்னமோ, 'நீ இன்னும் சின்னவன். உன் வாழ்க்கை பாழாகக்கூடாது. அதனால் போலீசுக்கு புகார் கொடுக்கலை, சரி போ' என்றவர், 'ஒரு நிமிடம்' என்று சொல்லி தன் பேண்ட் பையில் கைவிட்டு பர்ஸிலிருந்து எடுத்த இரண்டு பத்து ரூபாய் தாள்களை அரவிந்தனிடம் நீட்டி 'இந்தா வாங்கிக்க, ஏதாவது சாப்பிடு' என்றார். அரவிந்தன் தயங்குவதைப் பார்த்து 'பரவாயில்லை, வாங்கிக்க, இனிமே இப்படி செய்யாதே' என்று தன் இடத்திலிருந்து எழுந்து வந்து அரவிந்தனின் சட்டைப் பையில் திணித்தார். அரவிந்தன்

அவமானத்தாலும் பயத்தாலும் வியர்த்து நடுங்கினான். அந்த வியர்வை கண்ணீரில் தான் அப்படியே கரைத்து அழிந்து விடக்கூடாதா என்று நினைத்தான். மேனேஜர் தன் மேசை மேல் இருந்த தண்ணீர் பாட்டிலை எடுத்துக் கொடுத்து ‘குடி’ என்று முதுகைத் தடவிக்கொடுத்தார்.

வெளியே புறப்பட்ட அரவிந்தனிடம் பின் வாசல் கதவைக் காட்டி ‘அந்த வழியாகப் போ, முன் பக்கமாக வேண்டாம்’ என்றார்.

***

அன்று அறைக்கு வந்து படுத்தவன் இரண்டு நாள் ஆனாலும் அறைய விட்டு வெளியே வரவில்லை. பெங்களூரே அவனை முழுவதும் அம்மணமாக்கிப் பார்ப்பதுபோலவும், அந்த அறைதான் அவன் மறைந்துக்கொள்ள சரியான இடம் போலவும் பாயில் சுருங்கிப் படுத்திருந்தான். இரண்டு நாட்களாக அவன் பல் துலக்கவில்லை, குளிக்கவில்லை. தலையணை ஈரமாகி இருந்தது. அந்த அறையின் இருட்டிலேயே மூச்சுத் திணறி இறந்து விடவேண்டும்போல இருந்தது. வயிறு இழுத்துப் பிடித்திருந்தது. மெல்ல கையை ஊன்றி எழுந்தவன் குளியலறைக்குப் போய் பல் துலக்கி, குளித்து வந்து ஆடையை மாற்றிக்கொண்டு, ஊரில் இருக்கும் எல்லாக் கடவுள்களையும், அப்பா, அம்மாவையும் நினைத்துக் கொண்டான். அறையை விட்டு வெளியே வந்தவனின் கண் கூசியது. எல்லோரும் தன்னை திருடனைப்போல பார்ப்பதாகத் தோன்றி தெருக்கண்களை எல்லாம் தவிர்த்தான். பக்கத்தில் இருந்த ஹோட்டலுக்குப் போய் சாப்பாட்டு டோக்கன் வாங்கி பத்து ரூபாய் நோட்டைக் கொடுக்க கல்லாவில் இருந்த மூக்குக் கண்ணாடிக்காரர்

நோட்டை முன்னும் பின்னும் திருப்பிப் பார்த்து இவனையும் கண்ணாடி சந்து வழியாகப் முறைத்துப் பார்த்துக்கொண்டே, மீதம் ஐந்து ரூபாயை கொடுக்க, அதை வாங்கும்போது உடம்பெல்லாம் கம்பளிப் பூச்சி ஊர்வதுபோல இருந்தது. சாப்பாட்டுத் தட்டு வந்ததையும் கவனிக்காமல் உட்கார்ந்திருந்தவனை பரிமாறுபவர் 'சார், சாப்பாடு' என்றதும் விழித்துக்கொண்டான். சாப்பாடு தொண்டையில் இறங்கவே இல்லை. வீட்டு நினைவு வந்தது.

ஊருக்குத் திரும்பிவிடலாம் என்று நினைத்தவன், சதாசிவன் ஊரில் இல்லாதபோது அவனிடம் சொல்லாமல் கொள்ளாமல் போவது சரியில்லை என்று அமைதியானன். வெளியே வெளிச்சம் அவன் உடம்பில் இருந்த துணிகளைக் கழற்றுவது போல தெரிந்தது. ஒரு தியேட்டருக்குள் போய் உட்கார்ந்தவனுக்கு இருட்டு பாதுகாப்பாக தெரிந்தது.

மறுநாள் சதாசிவன் ஊரில் இருந்து வந்தவன் 'டிராவல் ஏஜென்சி இண்டெர்வ்யூ என்ன ஆச்சு' என்று அரவிந்தனிடம் கேட்டான். திங்கட்கிழமை தெரியும் என்று சொன்னவனிடம் 'எதுக்கு ஒரு மாதிரி இருக்க?' என்றபோது, அய்யோ இவனுக்கு முந்தாநாள் நடந்தது தெரிந்து விட்டதோ என்று பயந்தான்.

'சதா, நான் ஊருக்குப் போறண்டா, இந்த வேலைகீலை எதுவும் வேண்டாம்' என்று சொன்ன அரவிந்தனிடம், 'திங்கட்கிழமை டிராவல் ஏஜென்சி ரிசல்டை தெரிஞ்சுக்கிட்டு முடிவு செய்' என்று சொன்னான். அரவிந்தனுக்கு அதுவும் சரி என்று பட்டது. இரண்டு நாள் தங்கி டிராவல் ஏஜென்சிக்கு வந்தபோது அவன்

செலெக்ட் ஆகி இருப்பதாகவும் புதன் அன்று வந்து வேலைக்கு சேரச் சொல்லியும், மாதம் முன்னூறு ரூபாய் சம்பளம் என்றும் சொன்னார்கள்.

***

தொடக்கத்தில் இரயில், பேருந்து டிக்கட்களை புக் செய்வதை கற்றுக் கொண்டவன் பிறகு மெல்ல விமான டிக்கட் புக் செய்வதையும் கற்றான். ஐந்தாறு மாதங்களில் மைசூர், ஹம்பி, பேலூர், ஹலேபீடு, ஜோக்ஃபால்ஸ், சிரவண பெலகொளா போன்ற சுற்றுலாத் தலங்களுக்கு தன் சீனியர்களுடன் துணைக்குப் போனவன், இப்போது பயணக் குழுக்களை தானே தனியாக அழைத்துப் போகிறான். படிப்படியாக வேலையில் முன்னேறியவன் இப்போது ஸ்ரீலங்கா, சிங்கப்பூர், மலேசியா, பேங்காக், நேபால் போன்ற வெளிநாடுகளுக்கும் பயணக் குழுக்களை அழைத்துச் செல்கிறான். இவனுடன் பயணம் செல்பவர்கள் இவன் சேவையைப் மிகவும் பாராட்டுவதால் கம்பனி மேலதிகாரிகளுக்கு இவனைப் பற்றி நல்ல எண்ணம் இருந்தது. சம்பளமும், பயணப் படியும் உயர்ந்து கொண்டே இருந்தது.

முதல் மாத சம்பளம் வாங்கியபோது ஊருக்குப் போயிருந்தான். அப்பா அம்மாவுக்கு இவனைப் பார்த்தது மிகவும் மகிழ்ச்சியாக இருந்தது. வேலை கிடைத்திருப்பது தெரிந்து பெருமையடைந்தார்கள். தம்பிகளும், தங்கையும் ஒப்புக்குப் பேசி மௌனமானார்கள். ஊரை விட்டு வரும் நாள் அப்பா 'பெண் பார்க்கிறேன், திருமணம் செய்துகொள்' என்றார். அம்மா மாங்காய் ஊறுகாய், இட்லிப் பொடி கொடுத்து 'சதாசிவனுக்கும் கொடு' என்று சொல்லிக்கொண்டே 'உனக்கு இராத்திரில

பாட்டுக் கேக்காம தூக்கம் வராது, அந்த டிரான்சிஸ்டரை எடுத்துக்கிட்டுப் போ' என்றார். 'வேண்டாம், அதை முரளி யூஸ் பண்ணிக்கிட்டு இருக்கான், அவனே வச்சுக்கிட்டும்' என்று அரவிந்தன் சொன்னதை கேட்டுக்கொண்டிருந்த தன் மூத்த தம்பி அம்பரீஷைப் பார்த்து 'ரியாலி சைக்கிளை நீயே வைச்சுக்க' என்றான். அவர்கள் அன்புடன் சிரித்தார்கள். அன்று வாசல்வரை விட வந்த அம்மா, தங்கை, தம்பிகள் கண்கள் கலங்கி இருந்தன. தங்கை மஞ்சுளாவின் தலையைக் கோதி, நூறு ரூபாய் நோட்டை அவள் கையில் திணித்து 'உனக்கு பிடித்தமானதை வாங்கிக்க' என்றான். வேண்டாம், வேண்டாம் என்றாலும் அப்பா பேருந்து நிலையம் வரை வந்தார். அவர்கள் தெரு முனையைத் தாண்டும் வரை மற்றவர்கள் வாசலிலேயே நின்றிருந்தார்கள்.

எப்போதும் இல்லாததுபோல அப்பா அன்று அரவிந்தைத் தழுவிக்கொண்டார். இரண்டு சூடான துளிகள் அரவிந்தனின் தோள் மேல் விழுந்தன. அப்பாவின் முதுகைத் தடவிக்கொடுத்தவன், அவரை திரும்பிப் பார்க்காமல் பேருந்தை ஏறி இருக்கையில் அமர்ந்தான்.

விடுமுறை கிடைக்கும் பொழுதெல்லாம் ஊருக்கு வந்துபோவான். தம்பிகள், தங்கை பெங்களூருக்கு வந்துபோனார்கள். ஒரு வருடத்திற்குள் உறவுக்காரப் பெண்ணுடன் திருமணம் நடந்தது. அப்பா, அம்மா, அத்தை, மாமா பெங்களூர் வந்து மல்லேஷ்வரத்தில் வாடகைக்கு எடுத்திருந்த ஒரு படுக்கை அறை வீட்டில் நான்கு நாள் தங்கிப் போனார்கள்.

***

பெரிய பெரிய புத்தக அலமாரிகளில் அடுக்கி வைத்த புத்தகங்கள் தன்னைப் பார்த்து ஏளனமாக சிரிப்பதைப் போலவும், குதிப்பதைப் போலவும் சில சமயம் அந்த அலமாரிகள் அவன் மேல் சாய்ந்து அதில் இருக்கும் புத்தகங்கள் மேலே சரிந்து விழுவது போலவும், அந்த புத்தகக் குவியலில் இவன் புதைந்துபோவது போலவும் சில இர்வுகள் அரவிந்தனுக்குக் கனவு வரும். அப்போது அதிர்ந்து எழுந்து உட்காருவான். மனைவி ஹேமா இவன் வியர்வையைத் துடைத்து, தண்ணீர் அருந்தக் கொடுத்து, முதுகைத் தடவிக்கொடுப்பாள். இவன் திரும்பப் படுத்ததும் அவனை தன் மார்போடு அணைத்துக் கொள்வாள். அப்போது ‘இதுதான் காதல், அன்பு, நட்பு’ என்று ரமேஷ், சதாசிவன் இருவருக்கும் கேட்கும்படி உரக்கக் கத்திச் சொல்லவேண்டும் என்று வினோதமாக நினைப்பான். ஹேமாவின் கதகதப்பான மார்பில் ரோசாவின் முலைகள் காணாமல் போயின.

***

ஏழெட்டு ஆண்டுகள் கடந்து விட்டன. எம். ஜி. சாலையில் நடந்து போகும் போதெல்லாம் அந்த காம்ப்ளக்ஸிற்குள் போகத் தோன்றினாலும் அரவிந்தன் போவதில்லை. அந்த கடையின் புத்தகங்கள் தன்னை எங்கே அடையாளம் கண்டு கொண்டு விடுமோ, அல்லது துரத்திக்கொண்டு வருமோ, இல்லை கனவில் வருவதுபோல மொத்தமாக மேலே விழுந்து புதைத்துவிடுமோ என்ற பயத்தில் காம்ப்ளக்ஸை திரும்பிக்கூட பார்க்கமாட்டான்.

அன்று முன்பே முடிவு செய்திருந்தவன் போல ஏதோ ஒரு முரட்டுத் துணிவுடன் அந்த காம்ப்ளக்ஸ்குள் நுழைந்து அந்த புத்தகக் கடைக்குப் போனான். வெளியே

காவல்காரர் பழைய ஆளாக இருக்கவில்லை. உள்ளே போனவன் அந்த கண்ணாடி அறைப் பக்கம் பார்த்தான். உள்ளே மேசையில் அதே மேனேஜர் எதையோ எழுதிக்கொண்டிருப்பது தெரிந்தது. கண்ணுக்குக் கண்ணாடி, முடி சிறிது அதிகமாகவே நரைத்திருந்தது. கடையில் இருந்த ஆள் என்ன என்று கேட்டபோது 'அவரைப் பார்க்க வேண்டும்' என்று சொல்லிக்கொண்டே அவன் பதிலுக்குக் காத்திருக்காமல் அரவிந்தன் அந்த அறை முன் போய் நின்று 'வரலாமா?' என்றான். பரிச்சயமில்லாதவரை அழைப்பதுபோல 'வாங்க, என்ன வேணும், உட்காருங்க' என்றார். அரவிந்தன் அமைதியாக தன் சட்டைப் பையிலிருந்து ஒரு சிறிய வெள்ளைக் கவரை எடுத்து நீட்டினான். அவர் 'இது என்ன?' என்று கண்களால் கேட்டுக்கொண்டே வாங்கித் திறந்தார். அதில் இருந்த இரண்டு பத்து ரூபாய் தாள்கள் அவரை வியப்பில் ஆழ்த்தியது. 'நீங்கள்...' என்று அவர் சொல்லி முடிப்பதற்குள் 'நான்தான்...' என்றான் அரவிந்தன். 'இது எதற்கு?' என்று அந்த நோட்டுகளைக் காட்டிக் கேட்டார். அரவிந்தன் மௌனமாகவே இருந்தான். கண்கள் பனித்திருந்தன. அவர் புன்னகைத்தார். அரவிந்தனைப் பற்றிய விவரங்கள் தெரிந்து மிகவும் மகிழ்ச்சி அடைந்தார். காப்பி தருவித்தார்.

புறப்பட்டு நின்றவனிடம் மேனேஜர் ஒரு நிமிடம் என்று சொல்லி வெளியே போனவர் ஒரு கவருடன் உள்ளே வந்து 'வேண்டாம் என்று சொல்லாதே' என்று கொடுத்தார். அரவிந்தன் தன் தோளில் தொங்கிக்கொண்டிருந்த தோல் பையைத் திறந்து அதை வாங்கி உள்ளே வைத்து மூடினான். அந்த பெரியவர் அரவிந்தனின் கையைக் குலுக்கி தழுவிக்கொண்டார்.

பேருந்து நிலையத்தில் அப்பா தழுவிக்கொண்டது நினைவிற்கு வந்தது. பெரியவரின் தோளில் விழுந்த இரண்டு சூடான துளிகளை அவர் உணர்ந்தவர் போல அரவிந்தனின் முதுகைத் தடவிக்கொடுத்தார்.

அவர் அறையிலிருந்து வெளியேறிவனின் காதில் 'முன் வாசல் வழியாகப் போ' என்று பின்னால் இருந்து குரல் கேட்டது.

அன்று இரவே ஒரு பயணக் குழுவை அழைத்துக்கொண்டு சிங்கப்பூர் விமானத்தில் அமர்ந்ததும், தோல் பையைத் திறந்து பார்த்தான்-

ஆல்பர்ட் கமூவின் - 'அவுட் சைடர்' புத்தகம் நட்புடன் சிரித்துக் கொண்டிருந்தது.

***

- குறி, ஏப்ரல், மே-ஜூன், 2019

வீட்டில் தனிமையில்

அன்று கண்ணாடியின் முன் நிர்வாணமாக நின்றிருந்தேன்.

அன்றுதான் என் உடலின் அங்கங்கள் ஒவ்வொன்றையும் தனித் தனியாகவும் தெளிவாகவும் பொறுமையாகவும் பார்க்கிறேன். என் உடம்பில் இருக்கும் பாகங்கள்தான், தினமும் பார்ப்பதுதான். ஆனால் சரியான அடையாளம் தெரியுமா? எந்தப் பாகம் கோணல், எங்கே மச்சம், தழும்பு, கீறல் - என் உடலின் எந்தப் பாகம் எனக்கு மிகவும் பிடிக்கும் - கண் சின்னதா இருக்கு, உன் கை மிக நீளமா ராஜாவாட்ட, சிரிப்பு ரொம்பக் கவர்ச்சி - பல்லு வெளுப்புக் கம்மி - இப்படி நம்மைப் பார்ப்பவர்கள் யாராவது எப்போதாவது எதையாவது ஒன்றை சொல்லி வைப்பார்களே - அது போல என்னைக்கேட்டால் என்னால் தடுமாறாமல் உடனே சொல்லிவிட முடியுமா?

எல்லோர் தேகமும் மாதொருபாகனைப்போல இருக்குமாம். ஒரு பாகம் பெண்ணோ என்று ஆண்களும், பெண்கள் ஆணோ என்றும் குழப்பமடைய வேண்டாம். நான் சொல்ல வருவதே வேறு. உடம்பின் ஒவ்வொரு பகுதி மற்றொரு பகுதியைவிட நீளமாக அல்லது குட்டையாக இருக்குமாம். எங்கோ படித்தது. மூளையின் ஏதோ மூலையில் ஒதுங்கி இருந்தது இந்தத் தனிமையில்

வெளியே வருகிறது. அன்று உண்மையா என்று சோதித்துப் பார்த்துவிட நேரமும், பொறுமையும், தனிமையும் இருந்தது. முதலில் எளிதாகப் பார்க்க முடிந்தது - முழங்கை இரண்டையும் ஒன்றாகக் கூட்டிவைத்து சுண்டுவிரல் நுனிவரை சேர்த்துப் பார்த்தேன், என் வலது கை இடது கையைவிடவும் நீளமாக இருப்பது போல இருந்தது. உண்மையா இல்லை நான் பார்ப்பது தவறா பார்வைக் கோளாறா குழப்பமானது. உடனே என் அறை மேசை உரையில் இருந்த டேப்பை எடுத்து வந்து அளந்து பார்த்தேன். வலது முழங்கையிலிருந்து சுண்டு விரல்வரை 45 செ. மீ காட்டியது, அதுபோல இடது கை 44.5 செ. மீ காட்டியது. பாதங்களை அளந்தேன் ஒரு பாதம் 26 செ.மீ என்றிருக்கும் போது மற்றொன்று 25.5 செ. மீ என்று இருந்தது. இதுபோல விரல்கள் கால்கள் எல்லாம். காது, கண் இவைகளை எப்படி அளப்பது என்று தெரியாமல் தடுமாறி விட்டுவிட்டேன். இதைப் பற்றி யாரிடமாவது கேட்கவேண்டும் என்று தோன்றியது.

நிர்வாணமாக இருக்கும்போது நம்மிடம் எல்லாமே இருப்பதுபோலவும், எதுவுமே இல்லாதது போலவும் ஒரு உணர்வு. நிர்வாணம் ஆவதற்கு முன் கூச்சமும் வெட்கமும் நிறைந்திருந்தாலும், பிறகு சில வினாடிகளில் அவை விலகிவிடுகின்றன. நிர்வாணம் ஒரு அழகான நிலை. ஆனால் அசிங்கம் என்கிறார்கள்.

ஒரு பழமொழி இருக்கிறதே என்னது ‘பொழப்பத்தவன்...’ இப்படிக் கண்டதை எல்லாம் யோசிக்கிறானே, மறை கழன்றுவிட்டதா என்று எண்ண வேண்டாம். அப்படி எதுவுமில்லை. இந்த ஊரடங்குக்கு இரண்டு நாள் முன் என் அத்தைக்கு அதாவது என் மனைவியின் அம்மாவுக்கு உடல்நிலை சரியில்லை, பார்த்துவிட்டு

இரண்டு நாளில் திரும்பிவிடுகிறோம் என்று மனைவியும் மகனும் காரைக்குடி போனவர்கள். அங்கே மாட்டிக்கொண்டார்கள். ஊர் திரும்ப வழியில்லை. இந்த ஊரடங்கு ஏறக்குறைய ஒரு மாதமாவது நீடிக்கலாம்.

அடுக்குமாடிக் கட்டடத்தின் கீழே இருக்கும் புல் வெளியில் காலை நடைக்கே வராதவர்கள் இனி சுடும் தார் நெடுஞ்சாலையில் காரைக்குடியிலிருந்து... ஊகூம்... அதெல்லாம் நம் நாட்டு ஏழைகளால்தான் முடியும்.

குறைந்தது ஒரு மாதமாவது தனியாக வீட்டுக்குள்ளேயே பொழுதைப் போக்க வேண்டியவன் என்ன செய்வது. நடைமுறை வாழ்க்கை சிக்கலாகும்போது ஒரு மாய உலகில் கொஞ்சமாவது வாழ்ந்து பார்க்கலாம். இப்படிப் பித்துக்குளித்தனமாக கண்டதை எல்லாம் யோசித்துக் கொண்டிருக்கிறேன்.

காலை ஆறு மணி இருக்கும். விழிப்பு வந்தது. ஒரு காப்பி போட்டு எடுத்து வந்து கூடத்து ஃபிரெஞ்சு சன்னல் திரையை ஒதுக்கி கதவுகளைத் திறந்து அங்கிருந்த மேடையில் உட்கார்ந்தேன். இதமாக காற்று வீசியது. இப்படி விடியலில் எழுந்து சன்னலோரமாக உட்கார்ந்து காப்பி குடித்துக்கொண்டு இதமான காற்றை அனுபவித்த நினைவே இல்லை.

வெளியே கண்ணுக்குத் தெரியும் வரை பசுமையாக மரங்கள். இந்த குடியிருப்புக்கு வந்து ஒரு ஆண்டு ஆனாலும் பறவைகள் பாடுவதை இன்றுதான் கேட்கிறேன். அல்லது அவை இதுநாள்வரை பாடியதே இல்லையா? மனம் மகிழ்ச்சியாக இருந்ததால் மற்றொரு காப்பி வேண்டுமென்றது. போட்டு எடுத்து வந்து மறுபடியும் அதே இடத்திற்கு திரும்பி வந்து உட்கார்ந்தேன். அந்த

விடியலில் நடப்பவர்கள் யாரும் தென்படவில்லை. எல்லோருக்கும் இப்போது நிறைய நேரம் இருக்கிறது. நடக்கவிட்டால் கூட்டம் கூடி நின்று மணிக்கணக்காக பேசுவார்கள். சமூக இடைவெளி இருக்காது. அதனால் நடக்கக் கட்டுப்பாடு விதித்திருந்தார்கள். நேற்று மாலை வீட்டுக்குத் தேவையான பொருட்களை வாங்க எங்கள் குடியிருப்பில் இருக்கும் சூப்பர் பஜாருக்குப் போனபோது நோட்டீஸ் போர்டில் பார்த்தேன்.

எவ்வளவு நேரம் அங்கே அமர்ந்திருந்தேன் என்று தெரியவில்லை. குளித்து முடித்து வந்து சாமி மாடத்தில் விளக்கேற்றி வைத்தேன். ஊருக்குப் போகும்போது சொல்லிப் போயிருந்தாள் 'மறக்காம வெள்ளனே குளிச்சு சாமிக்கு விளக்கேத்தி வைங்க.' 'நம்ம குலசாமி அம்மன் கண்ணு எப்படி ஒளிருது பாத்தீங்களா- அந்த விளக்கு ஒளியில அவ சிரிப்பைப் பாக்க ரெண்டு கண் போதாது' என்று அவள் அடிக்கடி சொல்லக் கேட்டிருக்கிறேன். படத்தில் அம்மன் சிரித்துக் கொண்டிருந்தாள். இத்தனை நாள் எப்படி இதைக் காணத் தவறினேன் என்ற வருத்தம் ஏற்பட்டாலும் இன்று பார்த்த மகிழ்ச்சி ஓங்கி நின்றது. 'தனம் தரும் கல்வி தரும், ஒரு நாளும் தளர்வறியாமனம் தரும், தெய்வ வடிவும் தரும், நெஞ்சில் வஞ்சமில்லா இனம் தரும், நல்லனவெல்லாம் தரும், அன்பர் என்பவற்கே கணம் தரும், பூங்குழலால் அபிராமி கடைக் கண்களே'- இந்நேரம் காரைக்குடியில் அவள் பாடிக்கொண்டிருப்பாள். தினமும் கேட்பதுதான், ஆனால் இன்று தெளிவாகக் கேட்கிறது, காதில் தேன் பாய்கிறது.

ஃப்ரிஜ்ஜில் ஒரு வாரத்திற்குத் தேவையான இட்லி மாவை வைத்துப் போயிருந்தாள். என்னை கவனித்துக்

கொள்வதில் அவளுக்கு அப்படி ஒரு அக்கறை. நேர்த்தியாக எல்லாம் செய்து வைத்திருந்தாள். மாவை எடுத்து இட்லி ஊற்றி தக்காளிச் சட்டினியுடன் சாப்பிட்டேன். அவள் பக்குவமாக ஆட்டிவைத்து விட்டுப் போன மாவுதானே. இதில் அவள் கை ருசி இல்லையே என்று குழம்பினேன்.

வீட்டுத் தரையில் பதிந்த கால் தடங்கள். அத்தனை தூசு. இன்று கூட்டித் துடைக்க வேண்டும் என்று முடிவு செய்தேன். துடைப்பத்தைத் தேடினேன். பின் கட்டில் கேஸ் சிலிண்டருக்குப் பக்கத்தில் இருந்தது. எடுத்து வந்து இரண்டு அறைகள், சமையலறை, கூடம், முன் கட்டுகளைக் கூட்டி குப்பையை அள்ளி பின் கட்டிலிருந்த பிளாஸ்டிக் தொட்டியில் கொட்டினேன். ஒரு வாலியில் தண்ணீர் நிறைத்து வந்து மாப்-ஆல் வீட்டைத் துடைத்தேன். கூட்டித் துடைக்கும் போது இடுப்பு வலித்தது. அதுபோல வலியை நான் இதுவரை அனுபவித்ததில்லை. பெருக்கும்போதும், துடைக்கும் போதும் அவ்வப்போது நிமிர்ந்து நின்று ஓய்வெடுத்தேன். மூச்சிரைத்தது. வேலைக்காரி இதுபோல ஓய்வெடுப்பதைப் பார்த்ததில்லையே.

அன்று மாலை ஏழு மணி அளவில் மச்சினன் அமெரிக்காவிலிருந்து வாங்கி வந்து கொடுத்திருந்த ஷிவாஸ் ரீகல் போத்தல்கள் நினைவுக்கு வந்தன. அவள் இருக்கும்போது சனிக்கிழமை ஒருநாள் மட்டுமே அனுமதி. காலண்டரைப் பார்த்தேன். செவ்வாய் என்று காட்டியது. தாளைக் கிழிக்காமல் விட்டுவிட்டேனோ. கைபேசியில் பார்த்தேன். அதுவும் செவ்வாய்தான் என்றது. அவள் ஊரில் இல்லை என்று அவ்வளவு எளிதாக குடிக்க முடியவில்லை. அங்கே

இருந்துகொண்டே வாசம் பிடித்துவிடுவாள். ஆனால் உடம்பு வலி. அதுவும் இடுப்பு ஒடிந்து போனதுபோல இருந்தது. போத்தலை எடுத்து வந்து ஒரு பெக் ஊற்றி ஐஸ் போட்டு அந்த ஃபிரெஞ்சு சன்னல் மேடையில் உட்கார்ந்தேன். திரையை ஒதுக்கினேன். சன்னல் திறந்திருந்தது. இந்த அழகான அமைதியான இடத்தை இத்தனை நாள் தவறவிட்டதற்காக வருந்தினேன். எப்படித் தெரியாமல் போனது! தொண்டையில் முதல் முடக்கு ஐஸின் குளிர்ச்சியுடன் காட்டமாக இறங்கியது இதமாக இருந்தது. கூடத்தில் இளையராஜா அந்த மங்கிய ஒளியில் நெஞ்சைத் தடவிக்கொண்டிருந்தார். இனம் புரியாத ஆறுதலாக இருந்தது. தனிமை இனிமையாக இருக்குமென்று இதுவரை தெரியாதே!

சுட்டு வைத்திருந்த மூன்று தோசைகளை முழுங்கி படுக்கைக்குப் போனேன். படுத்ததும் அவள் நினைவுக்கு வந்தாள். படுக்கும் போது எதற்காக அதிகமாக நினைவுக்கு வருகிறாள். உடம்பு முழுவதும் ஒரே வலி. அடுத்த மாதம் வேலைக்காரிக்கு இந்த மாதச் சம்பளத்தை பிடித்துக்கொள்ளாமல் கொடுக்க சொல்ல வேண்டும். அவள் முறைத்துப் பார்ப்பாள். தெரியும். வேலைக்காரி வராத நாட்களில் அவள் படும் கஷ்டங்களை எடுத்துச் சொன்னால் உணர்ந்து கொள்வாள். ஒத்துக்கொள்வாள். நல்லவள்.

பத்து மணிக்கெல்லாம் எனக்குக் கண் சொக்கிவிடும். மகன் எப்படி வாரத்தில் மூன்று நான்கு நாட்கள் நைட் ஷிப்ட் செய்கிறான் என்று நினைத்து வருத்தமாக இருந்தது. இந்த வேலையை விட்டுவிடச் சொல்லவேண்டும். அமெரிக்கர்களுக்கு பகலாக இருந்தால் நாம் ஏன் இங்கே இரவு விழித்திருக்க வேண்டும். அவர்கள்

வேலைதானே. தூங்காமல் இருக்க வேண்டியது அவர்கள் பொறுப்பல்லவா. ஒரு டாலர் எழுபது சொச்சம் ரூபாய் என்று நோட்டிலிருந்த காந்தி சிரித்தார். பையனை பகல் ஷிப்ட் மட்டும் பார்க்க வாய்ப்பிருக்கிறதா என்று கேட்கவேண்டும்.

ஷிவாஸ் ரீகல் தாலாட்டியது. தூங்கிவிட்டேன்.

கமோடில் உட்கார்ந்திருந்தேன். சிறிது நேரத்தில் வயிறு லேசானது. சொல்லத் தெரியாத நிம்மதி. தினமும் காலையில் இங்கே வந்து உட்காருவதுதான். ஆனால் அந்த சொல்லத் தெரியாத நிம்மதியை இதுவரை அனுபவித்ததில்லையே. ஷவருக்குக் கீழே நின்றபோது, மேலே இருந்து கொட்டும் தண்ணீர் இதுபோல சுகமாக என்றும் இருந்ததில்லை. நேரமில்லை என்று சுகமான தருணங்களை தவற விட்டேனோ. இப்படி சுகமான தருணங்களை தவறவிட்டு, நேரம் பார்க்காமல் உழைத்த இடங்களில் எதாவது நிம்மதியை அடைந்தேனா? இல்லையே.

வெது வெதுவென்று தலையிலிருந்து பாதம்வரை அணு அணுவாக முத்தமிட்ட பூத்தூறல்கள் உடல் வலியைப் போக்கியது.

ஒருநாள் நடு இரவில் என்னைத் தூக்கத்தில் இருந்து எழுப்பினாள். தளர்வாக கட்டி இருந்த லுங்கியையும் பணியனையும் கழற்றினாள். அவளும் நிர்வாணமானாள். இந்த நீர்த் துளிகள் முத்தமிட்டது போல என் முடியிலிருந்து அடிவரை பூ உதட்டை உரசிக்கொண்டே போனாள். எனக்குக் கூச்சமாக இருந்தது. இருவரும் ஓய்ந்த பின், என் மார்பில் முகம் புதைத்துக்கொண்டு, விரல்களை மார்பின் முடியில் ஓடவிட்டுக்கொண்டே

கண்மூடிக்கொண்டிருந்தவளைக் கேட்டேன், 'என்ன இது?' கண் திறந்து புன்னகைத்தாள். 'எப்போதும் எதற்குப் பின்னாலோ ஓடிக்கொண்டே இருக்கும் அலுப்பில் நீங்கள் தூங்கி விடுகிறீர்கள். வீட்டு வேலை அலுப்பில் நானும் பாதித் தூக்கத்தில் இருப்பேன் - இன்று மகன் காலையில் தாமதமாக வருவதாகச் சொல்லிப் போனான் - அதனால்...' என்று இழுத்தாள். 'இந்த வயசிலா?' என்றேன். 'அப்படி என்ன வயசாயிடுச்சு- உங்களுக்கு 52 எனக்கு 49' என்றாள். அன்று விடியும்வரை இருவரும் நிர்வாணமாகவே இருந்தோம். ஷவருக்குக் கீழே நிர்வாணமாக தினமும் நிற்கிறேன். இன்றைய நிர்வாணம் எதற்காக அன்றைய நிர்வாணத்தை நினைவுப்படுத்தியது.

டீவியை போட்டேன். நெடுஞ்சாலையை முழுமையாக மறைத்த ஆயிரக்கணக்கான கால்கள். இந்தியாவே நடப்பது போல இருந்தது. வயிறை நிரப்பிக்கொள்ள சொந்த ஊரைவிட்டு வந்தவர்கள், பசியோடு திரும்பிக் கொண்டிருக்கிறார்கள். ஆயிரக்கணக்கான மைல்களைக் கடக்க கால்களுக்கு வலு இருக்கிறதா? வீடு அழைக்கும் போது மனம் உடலை ஏமாற்றிவிடும். நெடுஞ்சாலை அருகே இருக்கும் கிராம மக்களும், நகரத்து சில தொண்டு நிறுவனங்களும் இந்தப் பசித்த வயிர்களுக்கு உணவளித்தன. தாகத்திற்குத் தண்ணீர் கொடுத்தன. பல வெற்றுக் கால்களுக்கு காலணிகளைத் தந்தன. வழியில் உண்ண உணவுப் பொட்டணங்களையும் கொடுத்தன. அரசியல்வாதிகள் தங்கள் பருப்பு வேக பலரைப் பசியில் தவிக்க விட்டால், பசி அறிந்த சில பாமரர்கள் பசியைப் பகிர்கிறார்கள். என் நண்பன் உறுப்பினனாக இருக்கும் அந்தத் தொண்டு நிறுவனத்திற்கு ஒரு தொகையை அனுப்பவேண்டும் என்று கைபேசியை எடுத்தேன்.

அதிகம் படிக்கும் ஆர்வம் எனக்கில்லாவிட்டாலும் அவள் படித்து வைத்திருந்த ஜெயகாந்தனின் 'சில நேரங்களில் சில மனிதர்கள்' எடுத்து வந்து அந்த ஃபிரெஞ்சு சன்னல் மேடையில் உட்கார்ந்தேன். அந்த இடத்தை மனம் அடிக்கடித் தேடிப்போனது. மனிதர்களிடம் ஏன் இத்தனை அன்பு. மனிதர்களிடம் எதற்காக இத்தனை வெறுப்பு. அவள் எப்போதாவது கோபமாக இருக்கும் போது சொல்வாள். 'உங்களுக்கு எல்லாரும் நல்லவங்கதான். அதுக்குத்தான் உங்க அண்ணன் உங்களுக்கு சேரவேண்டிய சொத்தை ஏப்பம் விட்டாரு', 'எவனாவது தான் காதலிச்ச பொண்ணு கலியாணத்துக்குப் போயி அன்பளிப்பு கொடுத்துட்டு வருவானா', 'ஆபீசில உங்கள விட சின்னவனெல்லாம் பிரமோஷன் வாங்கி உங்களுக்கு மேல போயிட்டான், நீங்களும் இருக்கீங்களே ஏமாளி' என்று பழையதை எல்லாம் கிளறுவாள். சிறிது நேரத்தில், 'விடுங்கோ, அதெல்லாம் நமக்கெதுக்கு, உங்க அண்ணா உங்கள ஏமாத்தி என்ன சுகத்தக் கண்டாரு - கைக்கு வந்த பையன் பொசுக்குனு போயிட்டான்', 'உங்களக் காதலிச்சு ஏமாத்தினாளே, அவ வயித்தில ஒரு புழு பூச்சி உண்டாகல', 'உங்க ஆபீசில பிரோமோஷன் வாங்கினவங்க எல்லாம் உங்ககிட்டதானே வந்து அட்வைஸ் கேக்கறாங்க'- என்று ஆறுதல் சொல்வாள். அவர்கள் வாழ்க்கை நிம்மதியாக இல்லை என்று சந்தோஷப்படுகிறாளா? நான் அப்படி ஒன்றும் பெரிய முன்னேற்றம் அடையவில்லை என்று வருத்தப் படுகிறாளா? எனக்கு ஒரே குழப்பம். எப்போது எனக்குத் தெளிவு ஏற்படும். இத்தனை ஆண்டுகள் ஆனாலும் எனக்கு ஏன் இவை எதுவும் நினைவுக்கு வந்ததில்லை.

அந்தக் காதலி இன்று நினைவிற்கு வந்தாள். அவள் அழகி. காதலன் என்பதாலோ ஆண் என்பதாலோ சொல்லவில்லை. கருத்த அடர்த்தியான அவளுடைய சுருள் முடியில் என் விரல் விளையாடத் துடிக்கும். உயிர்ப்பான தேன் வண்ணக் கண்கள், வண்டைப்போல என்னை மொய்க்க அழைக்கும். சிரிக்கும்போது அவள் இடது கன்னத்தின் லேசான குழி என்னைத் தடுமாறச் செய்யும். கைத்தறி சேலையில் கல்லூரிக்கு வரும்போது அவள் பக்கம் திரும்பாத பார்வை இருக்காது. இருவர் கண்ணும் பேசிக்கொண்டது தெரியும். யார் கண் முதலில் காதலைச் சொன்னது என்று தெரியவில்லை. கல்லூரியில் மற்ற மாணவர்களுக்கெல்லாம் என் மீது பொறாமை. என்னுடன் யாரும் அதிகம் பேசமாட்டார்கள். எதையாவது அடைய அதிர்ஷ்டத்தை விடவும் தைரியம் வேண்டும். அப்படிக் கிடைத்த அதிர்ஷ்டத்தை தக்கவைத்துக்கொள்ள வேண்டிய துணிச்சல் என்னிடம் இல்லை. வேலையில்லாதவன் பெண்ணின் அப்பனிடம் போய் எப்படி மகளைக் திருமணம் செய்து கொடு என்று கேட்பது. ஒருநாள் அவள் திருமணப் பத்திரிகையை கையில் திணித்து ஒரு கோபமான, வெறுப்பான, அழுகையை அழுது போனாள். என் மனம் கேட்கவில்லை, திருமண வரவேற்புக்கு பூக்கொத்தோடும் அன்பளிப்போடும் அவளுக்கும் அவள் கணவனுக்கும் கைகுலுக்கி வாழ்த்துச் சொல்லி, வந்த அடையாளத்திற்காக போட்டோவில் நின்றுவிட்டு வரலாம் என்று போயிருந்தேன். அவள் எனக்கு பத்திரிகை கொடுத்தது அழைக்கவல்ல - அழவைக்க. என்னை எதிர்பார்க்காதவளின் முகத்தில் அதுவரை குடிகொண்டிருந்த சிரிப்பு கோபம் கலந்த கர்வமாக மாறியது. ஓரக்கண்ணில் என்னைவிட

அழகான கணவனைப் பார்த்து 'எப்புடீ?' என்ற அவள் கண்களில் வடிவேலுவின் நக்கல் குரல் எதிரொலித்தது. 'சாப்பிட்டுவிட்டுப் போ' என்று பிச்சைக்காரனுக்குச் சொல்வது போல அவள் சொன்னது காதில் விழாததுபோல நமட்டுச் சிரிப்பு சிரித்துவிட்டு திருமண மண்டப வாசலுக்கு வந்து திரும்பிப் பார்த்தேன். விருந்தாளி ஒருவரிடம் பேசிக்கொண்டே சிரித்துக்கொண்டிருந்த அவளுடைய சிரிப்பு அந்தக் கூட்டக் கூச்சலையும் மீறி என் காதுகளில் ஏளனச் சிரிப்பாகக் கேட்டது.

வீட்டுக்குப் போகும் வழியில் இருந்த பாருக்குள் நுழைந்தேன். வெய்டர் 'மணி பத்தரை, கடைசி ஆர்டர் சார்' என்றான். அப்போதே மூன்று லார்ஜ் உள்ளே இறக்கியிருந்த நான் 'டபுள் லார்ஜ்' என்று சொல்லி குடித்து முடித்து பாரின் கழிவறையில் ஐந்து பெக் விஸ்கியில் அடக்கிவைத்திருந்த ஆத்திரத்தை மூத்திரமாகவும் கண்ணீராகவும் சிந்திய பிறகு வீட்டுக்கு நடந்தே வந்து சேர்ந்தேன்.

எனக்குத் திருமணமான புதிதில் நேர்மையாக இருக்கவேண்டுமென்று மனைவியிடம் என் காதலைச் சொல்ல, அவளும் அதைப் பெரிதாக எடுத்துக் கொள்ளவில்லை. ஆனால் அவளுக்கு ஏதோ குறை என்று தோன்றும் போதெல்லாம் 'காதலி கலியாணத்துக்கு பூங்கொத்தோட போன ஆளு நீங்க ஒருத்தராத்தான் இருக்கும்' என்று இளிச்சவாய்ப் பட்டம் கட்டுவாள். தோளுக்குமேல் வளர்ந்த மகனிடமும் ஒருநாள் 'அப்பா கதை'யைச் சொல்லிச் சிரித்தாள். அப்போதெல்லாம் சிரித்து மழுப்பிவிடுவேன். நானும் வேடிக்கையாக எடுத்துக்கொள்வேன். ஆனால் இன்று எதற்காக பழைய

காதலி வாட்டுகிறாள். இத்தனை ஆண்டுகள் அவளை நினைத்துப் பார்க்கக்கூட எனக்கு நேரமிருக்கவில்லையா? மனமிருக்கவில்லையா? அவளும் இப்போது என்னைப்போல தனிமையில் இருப்பாளோ? கைபேசி எண் இருந்திருந்தால் அழைத்துப் பேசியிருக்கலாம் என்று தோன்றியது, எதற்கு?

அலமாரியில் இருந்த பழைய ஆல்பத்தை எடுத்தேன். மகன் பன்னிரெண்டு வயதிருக்கும்போது, சைக்கிளிலிருந்து கீழே விழுந்து கால் எலும்பு முறிவு ஏற்பட்டிருந்தது. மாவுக் கட்டுப்போட்டு வீட்டில் இருந்தான். அவன் வலியைப்போக்க அந்த கட்டின் மேல் டொனால்ட் டக், மிக்கி மௌஸ், ஸ்பைடர் மேன், பேட்மேன் போன்ற ஸ்டிக்கர்களை ஒட்டி, அவளும் நானும் 'வி லவ் யூ, மம்மி டேடி' என்று எழுதி இருந்தோம். மனைவி மகனின் கட்டுப்போட்ட காலுக்கு முத்தம் கொடுக்கும் போட்டோவைப் பார்த்து கண் பனித்தது. அவன் ஐந்து வயதில் என் ஷேவிங்க் பிரஷில் கிரீம் போட்டு கன்னத்தில் பூசிக்கொள்வது, என் பூட்ஸுக்குள் அவன் குட்டிக் காலை நுழைத்துக்கொண்டு ததக்க புதக்க என்று நடப்பது இப்படி பல போட்டோக்கள். நானும் அவளும் கொடைக்கானல் பனியில் ஒருவரை ஒருவர் அணைத்துக்கொண்டு நின்றிருக்கும் போட்டோவை மகன் கல்லூரி முதல் வகுப்பில் சேர்ந்தபோது ஒரு முறை பார்த்து 'சோ, ரொமாண்டிக்' என்று சொல்லிய போது பார்த்தது, அதற்குப் பிறகு இப்போதுதான் பார்க்கிறேன்.

மகன் ஊரில் இல்லாத ஒருநாள், 'பலான' டிஸ்கை வாங்கிவந்து அவளுக்குப் போட்டுக் காட்டினேன். 'ச்சே, அசிங்கம்', 'த்தூ' என்றாளே தவிர அதை நிறுத்து என்று சொல்லாமல் ஓரக்கண்ணால் ரசித்துக்கொண்டே

இருந்தாள். அன்று இரவு என்னைவிட வேகமாக இருந்தாள். மறுநாள் அந்த டிஸ்கை கட்டிலின் மெத்தைக்குக் கீழே மறைத்து வைத்தபோது 'வயசுப் பையன் இருக்கற வீட்டில் என்ன இது' என்று முதல் இரவு அவள் நடந்துகொண்டதை எல்லாம் மறந்து ஏதோ என்னை ஒழுக்கங்கெட்டவன் போலப் பார்த்தாள். எனக்கோ ஒரே சிரிப்பு. அன்று ஞாயிற்றுக்கிழமை. வீட்டிலேயே இருந்தேன். ஆனாலும் என் கண்ணில் அவள் அதிகமாகப் படவே இல்லை.

அந்த டிஸ்க் அங்கே இருக்கிறதா என்று பார்த்தேன். இருந்தது. எடுத்து வந்து போட்டுப் பார்த்தேன். அந்த வயதிலும் நரம்புகள் விறைத்துக் கொண்டன. காமம் உடம்பில் மட்டும் இல்லையே!

எனக்கு நண்பர்கள் மிகக் குறைவு. யாரும் அதிகம் ஃபோன் செய்யமாட்டார்கள். நான் நல்ல பேச்சாளி அல்ல. ஓரிரு நிமிடத்திலேயே என் பேச்சு சலித்துவிடும்.

ஒருநாளைக்கு நான்கு ஐந்து தடவையாவது காரைக்குடியிலிருந்து ஃபோன் வரும். 'சமைச்சதும் மறக்காம கேஸ் அணைச்சிடுங்க', 'வீட்ட தினமும் பெருக்குங்க', 'கீய்ஸர் ஸ்விச்சை ஆஃப் பண்ண மறக்கவேண்டாம்', 'சரியான நேரத்துக்கு சாப்பிடுங்க', பீபி மாத்திரையை போட்டுக்க மறக்காதீங்க', 'நான் அங்க இல்லைன்னு விஸ்வநாதன் ராமமூர்த்தி, இளையராஜாவை ராத்திரி முழுக்க தூங்க விடாம பண்ணிடாதீங்க' இப்படி ஏதாவது தொணதொணப்பு இருக்கும். அம்மா மனம் கொண்ட பெண்களுக்கே உரிய அதிகாரமான, அக்கறையான, அன்பான அப்பா மிரட்டல்கள். நான் ஆபீஸ் டூர் போகும்போதெல்லாம், எப்போதாவது

இப்படி ஃபோன் செய்து கேட்டிருக்கிறேனா என்று யோசித்தேன்.

அன்று விடிகாலை இதமாக இருந்தது. அந்த ஃபிரெஞ்சு சன்னல் மேடையில் போய் உட்கார்ந்தேன். வெளியே பறவைகள் கூவிக்கொண்டிருந்தன. அவளுக்கு ஃபோன் போட்டேன்.

'இங்கே பறவைகள் பாடிக்கொண்டிருக்கின்றன. இனிமையாக இருக்கிறது. நீ கூட இருந்திருக்க வேண்டும்' என்றேன்.

மறுபக்கம் சிரிப்புக் கலந்த விசும்பல் ஒலி.

***

- கணையாழி, ஜூன், 2020

கண்ணாடி

சிலர் பேசமாட்டார்கள், பலர் பேசிக்கொண்டே இருப்பார்கள். பேசத் தெரியாதவர்கள். பேச விரும்பாதவர்கள். பேசத் தெரியாமலும் பேசுபவர்கள். பேச விரும்பமிருந்தும் பேசமுடியாதவர்கள். தேவையில்லாத இடத்தில் பேசுபவர்கள். தேவைப்படும் இடத்திலும் பேசாதவர்கள். வாய்க்கு வந்ததைப் பேசுபவர்கள். வாயில் வரக்கூடாததையும் பேசுபவர்கள். கண்டதைப் பேசுபவர்கள். காணாததையும் பேசுபவர்கள். புறம் பேசுபவர்கள். புகழ் பேசுபவர்கள். பெருமை பேசுபவர்கள். பேரம் பேசுபவர்கள். கோபமாகப் பேசுபவர்கள். சாந்தமாகப் பேசுபவர்கள். மனம் நோகப் பேசுபவர்கள். மனம் கவரப் பேசுபவர்கள். திமிராகப் பேசுபவர்கள். திறன்படப் பேசுபவர்கள். அன்பாகப் பேசுபவர்கள். ஆத்திரமாகப் பேசுபவர்கள். அதிகமாகப் பேசுபவர்கள். குறைவாகப் பேசுபவர்கள். குழைந்து பேசுபவர்கள். குறை பேசுபவர்கள். விஷமமாகப் பேசுபவர்கள். விஷமாகப் பேசுபவர்கள். வித்தியாசமாகப் பேசுபவர்கள். விவரமாகப் பேசுபவர்கள். விபரங்கெட்டுப் பேசுபவர்கள். விபரீதமாகப் பேசுபவர்கள். குற்றம் பேசுபவர்கள். குறிப்பாகப் பேசுபவர்கள். குறியாகப் பேசுபவர்கள். கூறுகெட்டுப் பேசுபவர்கள். கொஞ்சிப் பேசுபவர்கள். கெஞ்சிப் பேசுபவர்கள். உண்மையாகப் பேசுபவர்கள். பொய்யாகவே பேசுபவர்கள். வலியோடு

பேசுபவர்கள். வலிக்கப் பேசுபவர்கள். வலியப் பேசுபவர்கள். வழியப் பேசுபவர்கள். பேசுபவர்கள்...

பேசுவதில் இப்படி இன்னும் எத்தனை வகைகளோ!?

ஆனால் மனிதன் தனக்குள்ளேயே பேசிக்கொள்ளும் போதுதான் உண்மையைப் பேசுகிறானோ! உண்மையைப் பேச மிகவும் சிரமப்படுகிறார்கள்.

குழம்பினான்.

அவனுக்கு வயது அறுபதுக்குப் பக்கம். சக்கரை நோயாளி. அடிக்கடி கழிவறைக்குப் போகவேண்டியிருக்கும். குளிர் காலம் என்றால் கேட்கவே வேண்டாம். அன்றும் அப்படித்தான். நடு இரவில் சிறுநீர் கழிக்க எழுந்து போனான். அப்போதுதான் பாத்ரூமிலிருந்து அவன் மனைவி வந்து பக்கத்தில் படுத்தாள்.

சிறுநீர் கழித்துவிட்டு, கை அலம்ப வாஷ் பேசின் முன் நின்றான். சுவரில் மாட்டியிருந்த கண்ணாடியில் அவன் மனைவி தெரிந்தாள். எதையோ சொல்லிக் கொண்டிருந்தாள். தெளிவாகக் கேட்கவில்லை. அவனுக்குப் பகீர் என்றது. உடனே கதவைத் திறந்து அறையில் கட்டிலைப் பார்த்தான். மனைவி உறங்கிக்கொண்டிருந்தாள். அவசரமாக மீளகழிவறைக்குள் நுழைந்தான். கண்ணாடியை மறுபடியும் பார்த்தான். அதில் அவன்தான் தெரிந்தான். அப்படி என்றால் இதற்கு முன் அதில் தெரிந்த மனைவி? கண்ணாடி குழப்பியதா இவன் குழம்பிப்போனானா!? பிரமையோ! வந்து படுத்துக் கொண்டான்.

தூக்கம் வரவில்லை. புரண்டுகொண்டே இருந்தான். கண்ணாடியில் தெரிந்தது தன் மனைவிதான் என்று

அவன் மனம் சொல்லிக்கொண்டே இருந்தது. இல்லை என்று புத்தி வலியுறுத்தியது. அவள் கண்ணாடியில் அப்படி என்னதான் சொல்லிக் கொண்டிருந்தாள்!

காலையில் எல்லாம் மறந்து போனது. எப்போதும் போல அலுவலகத்திற்குப் புறப்பட்டான். அவன் மேலாளராக இருப்பது ஒரு தனியார் கம்பனி. கார் இருந்தாலும் பேருந்தில்தான் போவான். டீலர் விசிட்களுக்குப் போகும் நாட்கள் மட்டும் காரை எடுப்பான். இந்த டிராஃபிக் நெரிசலில் காரில் போவதை விட பேருந்தில் போனால் விரைவில் அலுவலகம் போய்ச் சேர்ந்து விடலாம். தினமும்போல அன்றும் ஏறினான். உட்கார இடமில்லை. நின்றுகொண்டே போனான். சிறிது தொலைவு சென்றதும் ஓட்டுனர் முன் இருக்கும் சிறு கண்ணாடியை அவன் எதார்த்தமாகப் பார்த்தான். அங்கே பல முகங்கள் தெரிந்தன. எல்லாம் எதையோ சொல்லிக்கொண்டிருந்தன. சிறிது அதிர்ச்சியாக இருந்தது. கண்ணை மூடி தலையை ஆடுபோலக் குலுக்கினான். இப்போது அவனாகவே அந்தக் கண்ணாடியைப் பார்த்தான். அதில் எந்த முகங்களும் தெரியவில்லை. அவன் பலகோணங்களில் முகத்தைத் திருப்பிப் பார்த்தான். ஆனால் கண்ணாடி வெறுமையாகத்தான் தெரிந்தது. தலைக்குள் ஏதோ குடைவதுபோல இருந்தது.

அலுவலகம் போனதும் கண்ணாடிக் கேபினுக்குள் நுழைந்து தோல் பையை மேசைமீது வைத்துவிட்டு, கழிவறைக்கு வந்தான். சிறுநீர் கழித்துவிட்டு கை கழுவ வாஷ்பேசின் முன் நின்றபோது கண்ணாடியைப் பார்த்தான். அதிர்ச்சியாக இருந்தது. அங்கே தெரிந்தவன் அலுவலகத்தில் அவன் கீழ் வேலை செய்யும் நாராயணன். கண்ணை அகலத் திறந்து பார்த்தான். நாராயணன்

எதையோ சொல்லிக் கொண்டிருந்தான். அவன் காதைக் கூர்மையாக்கிக் கொண்டான். தெளிவாகக் கேட்டது.

“படுபாவி, உயிர எடுக்கறான். இவன் மார்க்கெட்டுக்குப் போனாத்தானே தெரியும். ஏசி கேபின்ல உக்காந்துகிட்டு அதிகாரம் பண்றான். டார்கெட் கலெக்சன்னு மணிக்கொரு தடவை பிச்சு பிடுங்கறான்... இவனை எல்லாம்...” என்று சொல்லிக்கொண்டே நாராயணன் பல்லை நெறிப்பது கண்ணாடியில் தெரிந்தது.

அதற்குள் ஒருவர் உள்ளே நுழைந்தார். கை அலம்பிக்கொண்டு அவன் வெளியே வந்தான்.

அன்று அவனுக்கு வேலையே ஓடவில்லை. அப்படி என்றால் நேற்று இரவு வீட்டு பாத்ரூம் கண்ணாடியில் தெரிந்தது தன் மனைவிதானா? நாராயணன் எதற்கு அப்படிப் புலம்பிக்கொண்டிருந்தான். யாரைக் கரித்துக் கொட்டிக் கொண்டிருந்தான். யோசிக்க யோசிக்க அவனுக்குப் புலப்பட்டது. நாராயணன் அவனைத்தான் திட்டிக் கொண்டிருந்தான் என்று.

அவன்தான் நாராயணன் விற்பனைக்காக மார்க்கட்டிற்குப் போகும்போதெல்லாம் ஃபோன் போட்டுக் கேட்டுக்கொண்டே இருப்பான். ‘அந்த டீலர் இன்னைக்கு நாலு வாஷிங் மெஷினுக்கு ஆர்டர் தர்றேன்னு சொன்னாரே, கொடுத்தாரா? அவருகிட்ட போன மாச பில்லுக்கு செக்கை மறக்காம கேட்டு வாங்கு. அவரு ஏதோ சாக்குப்போக்குச் சொன்னாருன்னா, மாடுமாதிரி தலையாட்டிட்டு வராதே, என்ன புரியுதா?’

இந்த சேல்ஸ் பசங்க இருக்காங்களே அவங்களுக்கு என்ன, மார்க்கட்டுக்குப் போறேன்னு சொல்லிக்கிட்டு,

எல்லா டீலருங்ககிட்டையும் அஞ்சு நிமிஷம் தலையைக் காட்டிட்டு, எவகூடயாவது காஃபி ஷாப்பில உக்காந்துகிட்டு வழிஞ்சுகிட்டு இருப்பானுங்க. இவனுங்கள மேக்கறதுக்குள்ள, அப்பப்பா இப்படி சக்கர வியாதி வந்து அடிக்கடி ஜிப்பத் திறக்க வேண்டியதா இருக்கு. மேனேஜ்மெண்டுக்கு இவங்க அப்பனா வந்து பதில் சொல்லுவான்? என்று இப்போது அவன் புலம்பினான்.

"என்னைப் பற்றி ஆபீசில இப்படியெல்லாம் பேச்சிருக்கா?" என்று நினைத்ததும் அவனுக்குச் சிரிப்புத் தாங்கமுடியவில்லை. அவன் இந்தப் பதவிக்கு வரும் முன் இப்படித்தான் பையைத் தூக்கிக்கொண்டு ஊர் ஊராகத் தெருத் தெருவாக அலைந்துகொண்டு, அவன் மேனேஜரை மனதிற்குள் திட்டியதெல்லாம் நினைவுக்கு வந்தது.

ஆனால் அவனுக்குப் புதிராக இருந்தது கண்ணாடியில் நாராயணன் பேசுவது இவனுக்கு எப்படிக் கேட்டது? ஏதாவது தனக்கு பிராந்தா என்று அஞ்சினான். இல்லை இந்த வேலை அழுத்தத்தில் இப்படிக் குழம்பிப் போயிருக்கிறேனா? அன்று மேனேஜ்மெண்ட் மீட்டிங்கில் கூட நல்ல டோஸ். 'என்ன சேல்ஸ் மேனேஜர் சார், இப்படி மாசா மாசம் சேல்ஸ் குறைஞ்சுகிட்டே வந்தா, எப்படி சார். கலெக்சனும் சரியா வந்தபாடில்ல. கேஷ்ஃப்லோ வேற இறுக்கமா இருக்கு. ஆனா உங்க சேல்ஸ் டீமுக்கு சம்பளம், டெய்லி அலயன்ஸ், டூர் அலயன்ஸ் எல்லாத்துக்கும் ஒண்ணாந் தேதியான செக் வாங்கிக் கொடுக்க நீங்க ஒத்தக் காலில நீக்கிறீங்க... இப்படியே போன எப்படி சார்? போர்ட் மீட்டிங்கில

பிழிஞ்சு எடுக்கறாங்க, என்ன பதில் சொல்ல?' என்று வாழைப்பழத்தில் ஊசியைக் குத்தினார், எம்டி.

இதைத்தான் கர்மா என்கிறார்களா? நாராயணன் என்னை கரித்துக்கொட்ட, நான் எம்டியை கரித்துக்கொட்ட, போர்ட் டைரக்டர்கள் அவரைக் கரித்துக்கொட்ட... இந்த கர்மவினைச் சங்கிலி இப்படித்தான் தொடர்கிறதோ!

'இப்படி சேல்ஸ் போதாது கலெக்சன் இல்லைன்னு சொல்லியே பத்து வருஷத்தை ஓட்டிட்டான். அப்படி எதுவுமே இல்லைன்னா இவனெல்லாம் கம்பனியை இத்தனை வருஷம் ஓட்டுவானா? எப்பவோ இழுத்து மூடியிருக்கமாட்டான். இந்த முதலாளி முதலைங்களுக்கு எவ்வளவு அள்ளிக் கொட்டினாலும் தீராது! மேல திங்கத் திங்கக் கீழ போயிடுமாட்ட இருக்கு! அப்படி இருக்காது. இருந்தா இப்படி பிராஞ்சுக்கு மேல பிராஞ்சாத் திறப்பானா?'

நாராயணனும் கண்ணாடியில் இதைத்தானே பேசினான்! நாராயணன் பேசியது எனக்குக் கண்ணாடியில் கேட்டதுபோல இப்போது நான் பேசியது மேனேஜிங் டைரக்டர் காதில் விழுந்திருக்குமோ என்று ஒரு கணம் அவன் அதிர்ந்து அவர் முகத்தைப் பார்த்தான். அவர் முறைத்துக் கொண்டிருந்தார்.

அன்று இரவு உணவருந்திவிட்டு படுக்கும் முன் பாத்ரூம் போனான். கண்ணாடியைப் பார்த்தான். அவன்தான் தெரிந்தான். பெருமூச்சுவிட்டுக்கொண்டே வந்து படுத்தான். மனைவி வேலைகளை எல்லாம் முடித்துவிட்டு படுக்க வரும் முன் பாத்ரூம் சென்றாள். சில விநாடிகள் காத்திருந்தான். அடிவயிற்றில் அழுத்தமில்லாவிட்டாலும் எழுந்து பாத்ரூமுக்குள் போனான். கண்ணாடியைப்

பார்த்தால் அங்கு எதுவும் தெரியவில்லை. "இப்போது அவள் போனாளே. அவள் கண்ணாடி முன் நிற்கவில்லையா? இருக்காதே, அவள் படு சுத்தமாயிற்றே, கைகால் அலம்பாமல் பாத்ரூமை விட்டு வெளியே வரமாட்டாளே. நானோ, மகனோ கைகால் அலம்பாமல் வருவதைப் பார்த்தால் வாய் கிழியக் கத்துவாளே. அவள் பாத்ரூமை விட்டு வெளியே வரும்போது ஈரக் கைகளை சற்று தூக்கிய தன் பின்பக்கத்தில் முன்னும் பின்னும் அழுத்தித்துடைத்துக்கொண்டே வந்து படுத்ததைப் பார்த்தேனே. காலையில் வீட்டிலும், பேருந்திலும், அலுவலகத்திலும் நடந்தது உண்மை என்றால் இப்போது அவள் கண்ணாடியில் தெரிந்திருக்கவேண்டுமே" என்று நினைத்தான். சரி ஏதோ மனப்பிராந்து என்று நினைத்துக்கொண்டே கண்ணாடியைப் பார்த்தால் ஒரு பல்லி தெரிந்தது. உடனே திரும்பி கண்ணாடிக்கு நேர்ச் சுவரைப் பார்த்தான், அங்கு பல்லி தெரியவில்லை. சுவர் முழுவதும் தேடினான். பல்லி கண்ணாடிக்கு வெகுதூரம் ஒரு மூலையில் இருந்தது. மறுபடியும் கண்ணாடியைப் பார்த்தான். பல்லி அதில் தெரியவில்லை. இப்போது முன்னைவிடவும் அதிகமாகப் பயந்தான். முதலில் கண்ணாடியில் பார்க்கும்போது பல்லி 'ச்சோ ச்சோ' என்று நச்சுக்கொட்டியதே! பல்லி என்ன சொல்லியது என்று யோசித்தான். பயந்துகொண்டே வந்து படுக்கையில் விழுந்தான்.

தூக்கம் வரவில்லை. 'எதையாவது நினைக்கும்போது நான் நச்சுக்கொட்டினால் அதை சகுனம் என்று மனிதர்கள் எதற்காக நினைக்கிறார்கள், முட்டாள்கள்' இப்படி எதையாவது பல்லி சொன்னதா? என்று யோசித்துக்கொண்டே தூங்கிவிட்டான். காலை

எழுந்ததும் அதே நினைவு. அப்போது அவனுக்கு ஒன்று விளங்கியது. யார் இவன் பார்ப்பதற்கு முன் கண்ணாடியைப் பார்த்திருப்பார்களோ அவர்கள் கண்ணாடியில் இவனுக்கு ஒருமுறை மட்டுமே தெரிகிறார்கள் என்பது. அப்படி என்றால் இரவு மனைவி வெளியே வந்ததும் பல்லி கண்ணாடியைப் பார்த்ததோ, சுவரைப் பார்த்து விட்டுக் கண்ணாடியை மறுபடி பார்க்கும்போது அதனால்தான் அது தெரியவில்லையோ என்று அவன் குழம்பினான்.

அலுவலக வேலையாக மும்பை சென்றுவிட்டு பெங்களூருக்கு விமானத்தில் திரும்பிக்கொண்டிருந்தான். விமானத்தில் எப்போதும் அவன் நடைபாதை இருக்கையைத்தான் கேட்டு வாங்குவான். அடிக்கடி டாய்லெட் போகும் அவசியமிருக்கும். அதுதான் அவனுக்கு வசதியாக இருக்கும். அந்த வசதி அவனுக்கு அடிக்கடி அடிவயிற்றை அழுத்துவது போலத் தெரியும். டாய்லெட்டுக்குள் போய் காரியத்தை முடித்துவிட்டு, கை அலம்பக் கண்ணாடி முன் நின்றபோது - அதிர்ந்து போனான். கண்ணாடிக்குள் இருந்து இளைஞன் ஒருவன் ஓ என்று அழுதுகொண்டிருந்தான். “நந்தினிதான் என்னைக் கழட்டிவிட்டான்னா நீயுமா கல்பனா? என் பழைய காதலைப் பற்றி உனக்கு முன்னாலேயே தெரியுமே. உங்கிட்ட எதையுமே மறைக்கலையே?என் ஃப்ரெண்ட், அந்த கிருஷ்ணவேணியை உனக்குத் தெரியுமா? அவ சொன்னாளா. நான் அவளையும் காதலிச்சேன்னு... அதுதான் உனக்குக் கோபமா? நான் இதை உங்கிட்ட சொல்லலையா? இப்படி எல்லாரும் என்னைக் கைகழுவிட்டா என் கதி? எனக்கு உயிரோட இருக்கவே பிடிக்கலை. இந்த பிளேன் இப்படியே

வெடிச்சுச் சிதறி நான் செத்துறக்கூடாதுன்னு தோணுது கல்பனா” என்று கதறிக்கொண்டிருந்தான்.

இவன் இப்படி உண்மையாகவே பேசினானா? இல்லை அவன் மனதில் இருப்பவை எனக்குக் கேட்கிறதா? இதை எல்லாம் கண்ணாடி எப்படி உள்வாங்கிக் கொள்கிறது? எப்படித் திரும்பவும் வெளிப்படுத்துகிறது? இது எனக்கு மட்டும் நடக்கிறதா இல்லை எல்லோருக்கும் இப்படித்தானா? மேலும் குழம்பிப்போனான்.

என்னால ஒருத்தியைக் கூட காதலிக்க முடியல. இந்தக் கோணங்கிக் கிறுக்கன் நாலஞ்சு பேத்தக் காதலிச்சு, ஒருத்தியும் கிடைக்கலைன்னு வேற புலம்பறான். அது வேற கேடு. எல்லா அன்பையும் ஒருத்திகிட்டத் தேடுனா எங்க கிடைக்குமுன்னு இவன் பல பேத்தக் காதலிக்கிறானோ? அப்படி சாகணும்னு நினைச்சா தூக்குப்போட்டோ, விஷத்தைக் குடிச்சோ சாகவேண்டியதுதானே? எதுக்கு இந்த விமானம் வெடிச்சு சாகணும்னு வேண்டிக்கிறான். கைலாசமோ, வைகுண்டாமோ இந்த உயரத்திலிருந்து பக்கமுன்னு நினைக்கிறானோ! அவன் போறது மட்டுமில்லாம கூண்டோட எல்லாத்தையும் கூட்டிக்கிட்டுப் போயி புண்ணியத்தை தேடிக்க நினைக்கிறான், பாவிப்பய!”

உள்ளே வெகு நேரம் நிற்க முடியாது என்று வெளியே வந்தான்.

விமானத்திற்குள் முன்னும் பின்னும் நடந்துகொண்டே கண்ணாடியில் தெரிந்த கோணங்கி முகத்தை தேடினான். ஒரு இடத்தில் அவன் சோர்ந்து உட்கார்ந்திருந்தான். இவன் அவனைப் பார்ப்பதைப் பார்த்த அவன் வராத புன்னகையை வலிய வரவழைக்க முயன்றான்.

பிறகு இவன் தன் அமர்க்கையில் வந்து அமர்ந்ததும். எப்போது விமானம் தரையிறங்கும் என்று தவித்தான். அதற்கு முன் எதுவும் நடந்துவிடக்கூடாது என்று அவன் நம்பாத கடவுள்களை எல்லாம் வேண்டிக்கொண்டான். வியர்த்தான். மறுபடியும் டாய்லட் போகவேண்டும் போல இருந்தது. ஆனால் பயந்து அடக்கிக்கொண்டு ஒடுங்கி உட்கார்ந்து விட்டான்.

அன்று மனைவி படுக்க வரும் முன் பாத்ரூம் சென்று வந்து படுத்தாள். இவன் எழுந்து பாத்ரூம் போய் கண்ணாடியைப் பார்க்கலாமா என்று நினைத்தான். ஏனோ வேண்டாம் என்று தோன்றியது. அவள் புலம்புவது எதையாவது கேட்டு அவை தனக்கு எதிரான அல்லது விருப்பமில்லாததாக இருந்தால், வருத்தமும், பயமும் ஏற்படும், அதனால் இருவருக்கும் இடையேயான உறவில் கண்ணுக்குத் தெரியாத ஒரு கோடு விழுந்து விரிசல் உண்டாகலாம் - பயம். அப்படி உறவு இறுக்கமாகி விடக்கூடாதே என்ற அச்சம். எல்லோருக்கும் உறவு நன்றாக இருக்கவேண்டும் என்ற ஆசைதான்?!

அவள் நல்லதையே சொல்லலாம் என்று ஏன் தோன்றுவதில்லை? நல்லதை நேரடியாகவே சொல்லி விடலாமே. கெட்டதைச் சொல்லத்தானே தயங்கவேண்டும்!

மகன் அவன் பாத்ரூமை சுத்தம் செய்துகொண்டிருந்தபோது, கண்ணாடியைத் துடைத்திருக்கிறான். ஆணி எப்படியோ கழன்று கண்ணாடி நழுவி கீழே விழுந்து உடைந்து விட்டது. அதை சுத்தம் செய்யப் போனவனின் கையை சில்லுக் கீறி ரத்தம் வந்ததையும் பொருட்படுத்தாது மனைவி, “என்ன விபரீதம் நடக்கப்போகுதோ. வீட்டில கண்ணாடி

ஒடஞ்சுபோச்சு. இருக்கற பிரச்சினை போதாதுன்னு இனி புதுசா எது வந்து ஆட்டிவைக்கப் போகுதோ" என்று கண்ணாடி உடைவது அபசகுணம் என்ற மூடநம்பிக்கைக்கு நம்பிக்கையூட்டிக் கொண்டிருந்தாள். உலகம் முழுவதும் மனிதர்கள் இதுபோல ஏதாவது சில மூடநம்பிக்கைகளை தொத்திக்கொண்டுதான் இருக்கிறார்கள்

நான் மகன் கைக்கு மருந்து போட ஃபஸ்ட் எய்ட் பெட்டியைத் தேடிக்கொண்டிருந்தேன்.

"நாம இங்க கண்ணாடி உடைஞ்சா அபசகுணம்னு சொன்னா வெள்ளைக்காரன் நல்லது நடக்கட்டுமுன்னு குடிச்ச கிளாசக் கீழ போட்டு உடைக்கிறான். வெள்ளோட்டம் விட நாம சாமி முன்னாடி தேங்கா உடைக்கறாப்பல ஷாம்பைன் பாட்டில கப்பலுக்கு முன்னாடி உடைக்கிறான். பையன் கையைக் கிழிச்சுக்கிட்டு அவதிப்படறான். அத கவனிக்காம சகுனம் பாத்துக்கிட்டு உக்காந்திருக்க" என்று ஒரு கத்தல் கத்தியதும் மனைவி,

"நீங்கல்லாம் கருப்புச்சட்டைக் கூட்டமாச்சே. இதையெல்லாம் நம்புவீங்களா" - என்று சொன்னது கருப்பையே பழிப்பதுபோலத் தோன்றியது.

மறுநாள் புதிதாக ஒன்று வாங்க கண்ணாடிக் கடைக்கு நான்தான் போகவேண்டும். மகனோ மனைவியோ இப்படியான வேலைகளைச் செய்யமாட்டார்கள். அந்தக் கடைச்சுவர்கள் கண்ணாடிகளால் இழைக்கப்பட்டது போல இருந்தது. எல்லாக் கண்ணாடிகளிலும் பலவகையான முகங்கள். ஆனால் கடையில் இருந்ததோ இரண்டோ மூன்றோ பேர். அந்த முகங்கள் நான்

வரும்முன் வந்து போனவையோ! அத்தனையும் எதையெதையோ சொல்லிக்கொண்டிருந்தன. எனக்கு ஒன்றும் காதில் சரியாக விழவுமில்லை, விளங்கவும் இல்லை. காச்சுமூச்சுக் கத்தல்களாகக் கேட்டது. தலைக்குள் ஆயிரம் கண்ணாடிச் சில்லுகள் குத்துவதுபோல உணர்ந்தேன்.

மகனின் குளியலறையில் இறுக்கமாக ஆணியை அடித்து கண்ணாடியை மாட்டினேன். அதையும் நான்தான் செய்யவேண்டும். மனைவியும், மகனும் என்ன கண்ணாடி அழகாகவே இல்லை என்று பொரிந்து தள்ளினார்கள். கண்ணாடி பிரதிபலித்தால் போதுமே. அழகான கண்ணாடி எல்லாவற்றையும் அழகாகவே காட்டிவிடுமா என்ன?

குடும்பத் தலைவன் மெனக்கெட்டு குடும்பத்திற்கு எல்லாம் செய்வான். முடிவில் பழிக்கப்படுவான். இந்தத் தலைவர்களின் தலையெழுத்தே இப்படித்தான். நம்பிக்கை என்ற பொறுப்பை சுமந்துகொண்டு நசுங்கிப்போகிறார்கள்.

அன்று பக்கத்து வீட்டில் மஞ்சள் குங்குமத்திற்கு அழைத்தார்கள் என்று மனைவி ட்ரெஸ்ஸிங் மேசையின் கண்ணாடி முன் நின்று சிங்காரித்துக்கொண்டிருந்தாள். நான் அருகே கட்டிலில் உட்கார்ந்து பார்த்துக் கொண்டிருந்தேன். அவள் காதோரத்தில் சற்று நரைத்த முடி அவள் அழகுக்கு கம்பீரத்தைச் சேர்த்தது. அந்த ஒற்றை வெள்ளைக்கல் மூக்குத்தி அவள் கண்களைவிட சற்று குறைவாகவே ஒளிரியது. உதட்டுக்கு லிப்ஸ்டிக் போட்டு, உதட்டைக் குவித்து கண்ணாடியிலிருந்து என்னைப் பார்த்து, வாய் திறவாமல் 'அழகாக

இருக்கிறேனா' என்று புருவத்தை உயர்த்திக் கேட்டாள். நான் என் ஆள்காட்டி விரல், பெருவிரல் நுனிகளைக் இணைத்து வட்டமாக்கி மற்ற மூன்று விரல்கள் தூக்கி இருக்க 'சூப்பர்' என்பதைப்போல சைகை செய்தேன். அவள் புன்னகையில் மகிழ்ச்சியும் பெருமையும் இருந்தது.

அவள் போனதும் அந்தக் கண்ணாடி முன் நின்றேன். 'இன்னைக்கு ராத்திரி, விருந்து கேட்பான். குறையில்லாமல் பரிமாறிடனும்' என்று ஏதோ சொன்னதைக் கேட்டு, அதிர்ச்சியும், சிரிப்புமாக இருந்தது.

இப்போதெல்லாம் படுக்கையில் அவளைத் தொடும்போதெல்லாம், 'சும்மா படுங்க. வேற வேலை இல்லை. எப்பப்பாரு அதே நினப்பு' என்று என் கையை விலக்கி விட்டு, தள்ளிப்படுக்கும் அவள் மனதில் இப்படியும் ஒரு எண்ணமா! பெண்கள் என்ன யோசிக்கிறார்கள் என்பதைப் புரிந்துகொள்ளவே முடிவதில்லை.

சில அறிமுகமுள்ள பல அறிமுகமில்லாத முகங்களின் கதறல்களைக் கண்ணாடியில் கேட்கும்போது அவர்கள் மீது பரிதாபம் ஏற்பட்டாலும், அவனால் அதைத் தாங்கிக்கொள்ள முடியவில்லை. அவர்கள் பிரச்சினையைத் தீர்த்துவைக்க கண்ணாடிகள் எதுவும் செய்யமுடியாது என்பது அவர்களுக்கு நன்றாகவே தெரிந்திருக்கும். ஆனாலும் அதன் முன் புலம்பி அழுது மன பாரங்களை இறக்கிவிடுவதாக நினைக்கிறார்கள் போல. அப்படிப் புலம்புவதால் பிரச்சினைகள் தீர்ந்தால் நன்றாகத்தான் இருக்கும். 'கடவுள் இருந்தால் நன்றாகத்தான் இருக்கும்' என்று நடிகர் ஒருவர் சொல்வதுபோல.

மனிதர்கள் தங்கள் பாரங்களை இறக்கி, அடுத்தவர் மீது சுமத்தி விடுகிறார்கள். சுமைதாங்கி மேல் இறக்கிவைத்து இளைப்பாறி அந்த பாரத்தை அவர்கள்தான் மீளத் தூக்கிச் சுமந்து வழியைக் கடக்கவேண்டும். யாரும் மற்றவர் சுமையைச் சுமப்பதில்லை.

இந்தக் கண்ணாடி உருவங்கள் வந்து அவனுடன் பேசுவது இவனுக்கு பெரிய பிரச்சினையாக இருந்தது. இதிலிருந்து விடுபடவேண்டும். இல்லை என்றால்... அவன் யோசித்தான். யாரிடமாவது சொல்லலாமா, அவர்கள் இவனைப் பைத்தியம் என்று நினைத்தால்... மனவியல் மருத்துவரிடம் போக நினைத்து பின்வாங்கினான். அவர் இது ஏதோ மனநோய் என்று சொல்லி மருந்து, அது இது என்று எதையாவது கொடுத்து... வேண்டாம், தயங்கினான். மனைவியிடம் சொன்னால்... சில நேரங்களில் கோபத்தில் கையில் கிடைத்ததை தூக்கி எறிந்துவிடும் என்னைப் பைத்தியம் என்று நினைக்கும் அவள் அதை உறுதி செய்துவிடுவாள்.

இரவு தூக்கமே இல்லை. அவனுக்கு ஒரே கோபம். காலையில் எழுந்ததும் குளியலறையில் இருந்த கண்ணாடியைக் கழற்றி கீழே போட்டு உடைத்தான். தரை எல்லாம் கண்ணாடிச் சில்லுகள். அத்தனையிலும் அவனுடைய பல முகங்கள் மௌனமாக சிதறிக்கிடந்தன.

சமையலறையில் இருந்து மனைவியின் சத்தம் - "இனி என்ன கஷ்டம் காத்திருக்கோ..."

***

- விடியல் மாத இதழ், செப்டம்பர், 2021